पेशवेकालीन पुणे
(POONA IN BYGONE DAYS)

पेशवेकालीन पुणे

(POONA IN BYGONE DAYS)

रावबहादूर द. ब. पारसनीस

अनुवाद
डॉ. सुरेश र. देशपांडे

डायमंड पब्लिकेशन्स

पेशवेकालीन पुणे
(Poona In Bygone Days)

© डायमंड पब्लिकेशन्स

प्रथम आवृत्ती : २००७

ISBN-978-81-89959-36-4

अक्षरजुळणी
ट्रिनीटी ॲडव्हर्टायझिंग
शॉप नं. २, १६८२ सदाशिव पेठ
खजिनाविहीर चौक, पुणे-४११०३०

मुखपृष्ठ
दिनेश अहिरराव

प्रकाशक
डायमंड पब्लिकेशन्स
२६४/३ शनिवार पेठ, ३०२ अनुग्रह अपार्टमेंट
ओंकारेश्वर मंदिराजवळ, पुणे-४११ ०३०
☎ ०२०-२४४५२३८७, २४४६६६४२

info@diamondbookspune.com

ऑनलाईन पुस्तक खरेदीसाठी भेट द्या
www.diamondbookspune.com

प्रमुख वितरक
डायमंड बुक डेपो
६६१ नारायण पेठ, अप्पा बळवंत चौक
पुणे-४११ ०३० ☎ ०२०-२४४८०६७७

मनोगत

आपल्या हाती 'पूना इन् बायगॉन डेज' या रावबहादूर द. ब. पारसनीस लिखित इंग्रजी पुस्तकाचे मराठी रूपांतर देताना समाधानाच्या परिपूर्तीबरोबरच कर्तव्यपूर्तीचा आनंद होत आहे. कारण या पुस्तकाचा मराठी अनुवाद करण्याची माझी अनेक वर्षांपासूनची इच्छा होती, ती आज फलद्रूप होत आहे. रावबहादूर दत्तात्रेय बळवंत पारसनीस (१८७०-१९२६) यांनी हे पुस्तक लिहून पंचाऐंशी-शहाऐंशी वर्षे झाली. त्यांचा हेतू व उद्देश स्पष्ट होता. अव्वल इंग्रजी अमदानीतील गोऱ्या-ब्रिटिश लोकांना पेशवेकालीन पुण्याचे ऐश्वर्य व वैभव समजावे आणि पेशवेकालीन वास्तुशिल्पशैलीची ओळख व्हावी हा होता. म्हणून त्यांनी या वर्णनाला इतिहासाची जोड देऊन तत्कालीन पुणे शहराची माहिती त्या गावाच्या निर्मितीपासून पेशवाईच्या अंतापर्यंत विविध स्थळे, घटना, घडामोडी आणि वास्तू यांच्या तपशीलवार वर्णनांसह प्रस्तुत पुस्तकात निवेदन केली आहे. त्यांची सहज सुलभ घाटणी, ओघवती व अलंकारिक भाषाशैली आणि इतिहासातील दाखले देऊन वास्तव परिस्थितीची चर्चा करण्याची पद्धत, यांमुळे ह्या पुस्तकाचे स्वरूप ऐतिहासिक कादंबरी सदृश झाले आहे. एक अभिजात दुर्मिळ साहित्यकृती म्हणूनही त्याचे महत्त्व अमूल्य आहे. अशाच प्रकारची रावबहादूर पारसनीस यांनी ब्रिटिश वाचकांसाठी 'महाबळेश्वर', 'द सांगली स्टेट', 'सातारा', 'हिस्टरी ऑफ द मराठा पिपल' (सहलेखक किंकेड) वगैरे अन्य काही पुस्तके इंग्रजीत लिहिली. त्यांचा मूळ पिंड हा संग्राहकाचा होता आणि त्यांनी सातारला अनेकविध दुर्मिळ वस्तूंचे म्यूझीयम उभारले. तरीसुद्धा त्यांनी विपुल इतिहास साधने, ऐतिहासिक कागदपत्रे जमविली. त्यांचा चपखल उपयोग करून इतिहासविषयक नियतकालिक (इतिहास संग्रह) चालविले व या कागदपत्रांच्या आधारे 'झांशीच्या महाराणी लक्ष्मीबाईसाहेब यांचे चरित्र', 'महापुरुष ब्रह्मेंद्रस्वामी यांचे

चरित्र व पत्रव्यवहार', 'बायजाबाई शिंदे यांचे चरित्र', 'मराठ्यांचे आरमार', 'महादजी शिंदे याजकडील राजकारणे' (पाच खंड) वगैरे इतिहासग्रंथ सिद्ध केले. त्यामुळे आपापत: एक ज्येष्ठ इतिहासकार म्हणून त्यांचा नावलौकिक झाला आणि पारसनीसांचे नाव तत्कालीन इतिहासाचार्य वि. का. राजवाडे, वासुदेवशास्त्री खरे यांच्यासोबत सर्वोतोमुखी झाले.

आतापर्यंत पुण्यावर पारसनीसांव्यतिरिक्त सर्वश्री ना.वि.जोशी, ग. ह. खरे, ह. र. भागवत, चिं. ग. कर्वे, प्रमोद ओक, बी. जी. गोखले, वा. कृ.भावे, गोपीनाथ तळवलकर, अविनाश सोवनी प्रभृतींनी लिहिले आहे. शिवाय वाड, गो. स. सरदेसाई आदींनी पेशवे दप्तराचे खंड संपादून प्रकाशित केले आहेत. गॅझिटिअर्स (इम्पिरिअल, बॉम्बे, डिस्ट्रिक्ट) व्यतिरिक्त आतापर्यंत जवळजवळ तीस-पस्तीस पुस्तके पुणे शहराच्या संदर्भात प्रकाशित झालेली आढळतात. तसेच काही नियतकालिकांतून तत्संबंधी स्वतंत्र लेख आले असून 'शनिवारवाडा', 'शिंद्यांची छत्री' वगैरेंवर लहान पुस्तिकाही प्रसिद्ध झाल्या आहेत; तथापि या सर्वांत रावबहादूर पारसनीसांचे 'पूना इन् बायगॉन डेज' हे सर्वार्थाने अत्यंत समर्पक वर्णन करणारे पुस्तक आहे; कारण एक तर ते पुण्याविषयीचे माहिती देणारे कदाचित पहिले पुस्तक असावे आणि नंतरच्या बहुतेक लेखकांनी लिहिलेल्या पुस्तकांत त्यांच्याच पुस्तकाचा प्रामुख्याने संदर्भ म्हणून आधार घेतलेला आढळतो. शिवाय पारसनीसांनी केलेल्या पुणे शहराच्या वर्णनात अनेक तत्कालीन इंग्रज अधिकाऱ्यांचे-राजदूतांचे व रेसिडेंटचे चक्षुर्वैसत्यम परिस्थिती वर्णन करणारे उतारे उद्‌धृत केले आहेत. त्यामुळे पाश्चात्त्यांचा पुण्याविषयीचा- पेशव्यांविषयीचा दृष्टिकोन पाहावयास मिळतो आणि त्यातून मनोरंजक पण विश्वासार्ह माहिती उपलब्ध होते.

'पूना इन् बायगॉन डेज' या पुस्तकाचे मी प्रतिशब्दश: भाषांतर केलेले नाही किंवा त्याचा भावानुवादही दिला नाही, हे आशयघन मराठी रूपांतर आहे. त्यामुळे अनेक ठिकाणी मराठा साम्राज्यात, विशेषत: पेशवे काळात चोपदार, हंड्या, झुंबर, दंड, चौकीदार, चावडी वगैरे रूढ शब्द प्रचारात होते. ते इंग्रजी स्पष्टीकरणात्मक शब्दांच्या ठिकाणी वापरून त्याला मराठी साज दिला आहे. तसेच मराठी रूपांतर करताना काही फेरबदल अगदी किरकोळ स्वरूपाचे केले आहेत. त्यामुळे मूळ पुस्तकाचा ढाचा आहे तसाच ठेवला आहे. या पुस्तकाचे

इंग्रजी शीर्षक 'पूना इन् बायगॉन डेज' असे असून त्याचा वाच्यार्थ 'गतकालीन पुणे' असा होतो; पण मी त्याचे शीर्षक 'पेशवेकालीन पुणे' असे केले आहे. आणि मूळ पुस्तकातील पुण्याविषयीचे प्रकरण प्रथम देऊन उर्वरित प्रकरणांचा क्रम आहे तसाच ठेवला आहे. कारण या पुस्तकात अठराव्या शतकातील पुण्याशी संबद्ध ऐतिहासिक घटना, घडामोडी आणि वास्तू यांचे वर्णन आहे आणि त्या अनुषंगाने पारसनीसांनी पेशवे (पंतप्रधान) या बिरुदाने पुढे रूढ झालेल्या पेशवे वंशाचा इतिहासच सांगितला आहे. सारांश हा पेशवेकालीन वास्तू, घटना-घडमोडींचा पुणे वृत्तांत आहे.

डायमंड पब्लिकेशन्सचे सर्वेसर्वा श्री. दत्तात्रय पाष्टे यांनी अलीकडे काही मान्यवर इंग्रजी ग्रंथांचे मराठी अनुवाद प्रकाशित केले आहेत. सुमारे दोन वर्षापूर्वी त्यांनी मला प्रस्तुत पुस्तकाच्या अनुवादाविषयी विचारले होते आणि शक्यतो लवकर हे काम पूर्ण करावे, म्हणून इच्छा प्रदर्शित केली होती; पण अन्य व्यवधानांमुळे हे काम रेंगाळले, त्याची आज पूर्तता झाली आहे. श्री. पाष्टे यांनी ही अनुवादाची संधी मला दिली आणि त्याचा पाठपुरावा केला, त्याबद्दल त्यांचा मी ऋणी आहे. तसेच या पुस्तकाचे आकर्षक मुखपृष्ठ बनविणारे कल्पक चित्रकार श्री. दिनेश अहिरराव यांनी आकर्षक मुखपृष्ठ तयार करून या पुस्तकाला सुशोभित केले. त्यांचाही मी आभारी आहे. आपणास हे ऐतिहासिक-मनोरंजक वर्णनात्मक मराठी रूपांतर निश्चितपणे आवडेल, असा विश्वास वाटतो.

– डॉ. सुरेश र. देशपांडे

प्रास्ताविक

अलीकडे ऐतिहासिक संशोधन क्षेत्रात आणि जुन्या प्राचीन वास्तूंत युरोपीय तसेच भारतीय तज्ज्ञांनी-संशोधकांनी अतिशय उत्सुकता दाखविलेली दिसते. त्यामुळे मला पुण्याविषयी आणि तेथील ऐतिहासिक स्थळांबद्दल सर्व उपलब्ध साधनांद्वारे माहिती गोळा करण्याची स्फूर्ती मिळाली- उत्तेजन लाभले. मी अप्रकाशित जुन्या इतिहास साधनांतून काही माहिती उद्धृत केली आहेच पण त्याशिवाय काही जुन्या आणि दुर्मिळ पुस्तकांतून उतारे घेतले आहेत. त्यांत वैशिष्ट्यपूर्ण व अतिशय मनोरंजक हकीकत असून त्यांतील काही उतारे एल्फिन्स्टन, मॅल्कम, प्राईस, मुर इत्यादी थोर मुत्सद्यांच्या लेखनांतील-वृत्तांतातील आहेत. या सर्वांनी पुणे दरबारच्या राजकीय व्यवहारात प्रत्यक्ष भाग घेतला होता; एवढेच नव्हे तर अठराव्या शतकाच्या अखेरच्या दशकात ज्या घटना-प्रसंग घडले, त्यांतही प्रत्यक्ष सहभाग घेतला होता, त्याचे चक्षुर्वैसत्यम असे हे सर्व साक्षीदार आहेत. तेव्हा मी हा पहिला भाग सन्माननीय पाहुणे प्रिन्स ऑफ वेल्स यांच्या पुणे भेटीच्या संस्मरणीय प्रसंगी आपणा समोर ठेवण्याचे धारिष्ट करीत आहे. मला अशी आशा आहे की, माझा हा विनयशील प्रयत्न पुणे आणि त्याचा प्राचीन इतिहास थोडाबहुत समजून घेण्यास काही प्रमाणात नक्कीच उपयुक्त ठरेल!

मी सन्मान्य सर जार्ज लॉइड, गव्हर्नर, मुंबई इलाखा, यांना आदरयुक्त मन:पूर्वक धन्यवाद देतो. त्यांनी या प्रसिद्ध शनिवारवाड्याच्या उत्खननात आणि त्यांतून उपलब्ध झालेल्या अवशेषांचे जतन करण्यात मनापासून विशेष आस्था आणि रस दाखविला आणि हा ग्रंथ प्रकाशित व्हावा म्हणून मला व्यक्तिश: सहानुभूती दर्शविली व मनोमन सहकार्य केले. माझे आदरणीय स्नेही सन्माननीय श्री. सी.के. किंकेड, सी.व्ही.ओ.आय्.सी.एस्. यांच्याविषयी मी कृतज्ञता व्यक्त

करतो. त्यांनी या ग्रंथास छोटी पण विचारपरिप्लूत प्रस्तावना लिहिण्याची अनुमती दर्शविली आणि अनेक मौलिक सूचना मला दिल्या.

या पुस्तकातील छायाचित्रे मूळ अस्सल चित्रांवरून घेतली आहेत आणि त्या चित्रांची-रेखाटनाची छायाचित्रे माझ्या सातारा येथील ऐतिहासिक वस्तुसंग्रहालयात आहेत. मी श्री. आर.डी.बॅनर्जी, एम.ए. व्यवस्थापक, पुरातत्त्व सर्वेक्षण खाते, पश्चिम विभाग, पुणे यांचा अत्यंत आभारी आहे. त्यांनी मला या छायाचित्रांच्या पुनर्दर्शक प्रतीसाठी मौलिक व बहुमोल मदत केली आहे.

हॅपी व्हेल,सातारा   –दत्तात्रेय बळवंत पारसनीस

पुरस्कार

माझे घनिष्ठ आणि दीर्घकालीन स्नेही रावबहादूर द. ब. पारसनीस यांनी जेव्हा मला 'गतकालीन पुणे' किंवा 'पेशवेकालीन पुणे' या पुस्तकास एक लहानसा उपोद्घात लिहिण्याची विनंती केली, तेव्हा मी त्यास आनंदाने संमती दिली. पश्चिम भारतातील सर्व शहरांत पुणे या शहराची एक वेगळी शान आहे आणि त्यास वैशिष्ट्यपूर्ण स्थान आहे. पश्चिम भारतातील सर्व ज्ञात लेखकांमध्ये रावबहादूर द. ब. पारसनीस ही कदाचित हे लेखन करण्यास योग्य व्यक्ती असावी. पुणे हे मराठ्यांच्या इतिहासाशी अगदी सुरुवातीपासून निगडित शहर आहे. शहाजीराजे भोसले यांनी मलिक अंबरच्या पावलावर पाऊल ठेवण्याचा प्रयत्न केला आणि अहमदनगरची निजामशाही वाचविण्याचे तसेच तिच्या पुन:स्थापनेचे यत्न केले; मात्र ही भव्य योजना सिद्धीस नेणे हे त्यांच्या आवाक्याबाहेरचे होते. म्हणून त्यांनी विजापूरच्या आदिलशाहीत सेवा पत्कारली आणि बरोबर ज्येष्ठ मुलगा संभाजी यास घेतले. पत्नी जिजाबाई आणि तिचा कनिष्ठ मुलगा शिवाजी यांना मागे ठेवले. शहाजीराजांनी पुणे आणि सुपे ही आपली जहागीर जिजाबाईंच्या चरितार्थासाठी व प्रतिपाळ करण्यासाठी विश्वासाने त्यांच्या स्वाधीन केली. या छोट्या जहागिरीची राजधानी एक छोटे भग्न अवशेषरूपी खेडे – पुणे होती. जिजाबाईंनी मलटनच्या दादोजी कोंडदेव यांच्या मदतीने पुण्याचे रूपांतर वैभवशाली नगरात केले. तसेच आपल्या चिरंजीवांना उत्तम शिक्षण देऊन त्यांचे व्यक्तिमत्त्व व चारित्र्य उत्तम प्रकारे घडविले. शिवाजीराजांनी वाट (रस्ता) नसलेली सह्याद्रीच्या बाजूंनी वाढलेली जंगले आणि सह्याद्रीच्या उंच पर्वतराजीतून समुद्र किनाऱ्यावर उतरण्याचे आणि समुद्रकिनाऱ्यावरून पुन्हा डोंगर माथ्यावर चढण्याचे मार्ग शोधून आक्रमणाचे सूक्ष्म ज्ञान व तंत्र पुण्यात असतानाच आत्मसात केले होते.

योग्य वेळ येताच शिवाजीराजांनी आपल्या वडिलांच्या जहागिरीचे स्वामित्व जाहीर केले आणि मोगलांविरुद्ध प्रदीर्घ मोहीम आखली. ती मध्यंतरीचा थोडा काळ सोडता औरंगजेबाच्या मृत्यूपर्यंत अविश्रांत चालू होती. पुण्यातच त्यांनी शायिस्तेखानाच्या घरावर धाडसी छापा घातला. पुण्याजवळच्या राजगड किल्ल्यावर शिवाजीराजांना प्रथम अफजलखानाच्या मोठ्या स्वारीची बातमी कळली आणि तिचा शेवट प्रतापगडाच्या पायथ्याला अनर्थकारक अवस्थेत झाला, खान मारला गेला.

पुण्याच्या उघड्या मैदानी प्रदेशात शिवाजीराजांना असुरक्षित वाटू लागले. म्हणून नंतरच्या काळात त्यांनी राजधानी पुण्याऐवजी रायगड किल्ल्यावर हलवली आणि रायगडालाच त्यांनी स्वत:स छत्रपती म्हणून राज्याभिषेक करून घेतला. रायगड किल्ला औरंगजेबाने काबीज करेपर्यंत मराठ्यांची राजधानी तिथे होती. तो किल्ला घेतल्यावर औरंगजेबाने बाल शाहूमहाराज आणि त्यांची मातोश्री येसूबाई यांना बंदीवासात टाकले. त्यानंतर अमात्य रामचंद्र नीळकंठ याने सातारा हे आपले मुख्यालय केले. छ. राजाराम महाराज जिंजीहून महाराष्ट्रात परत आल्यानंतर त्यांनी अमात्याच्या निवडीला मंजुरी दिली आणि पुढे औरंगजेबाच्या मृत्यूनंतर सातारा हे मराठ्यांच्या राज्याचे एक प्रमुख केंद्र बनले. मोगलांच्या छावणीतून मुक्त झाल्यानंतर शाहू महाराजांनी आपल्या ध्येय धोरणाच्या पूर्तीसाठी सातारा हे राजधानीचे ठिकाण केले आणि अखेरपर्यंत ते साताऱ्यात राहिले, तिथेच त्यांचे निधन झाले.

परंतु दैवलिखित पूर्वनियोजनानुसार पुणे हे पुन्हा प्रकाशात आले. छत्रपती राजाराम आणि कदाचित छ. संभाजीराजे यांच्या कारकिर्दीमध्ये बाळाजी विश्वनाथ नावाचा एक कर्तृत्ववान चित्पावन ब्राह्मण सेवेत होता. त्याचे कुटुंब जंजिऱ्याच्या सिद्दींच्या ताब्यातील कोकण प्रदेशातून देशावर आले होते. तो हळूहळू सामान्य पदावरून चढत जाऊन पुण्याचा सुभेदार किंवा अलीकडच्या भाषेत आयुक्त बनला. छत्रपती शाहू महाराजांनी छत्रपती राजारामांची विधवा पत्नी महाराणी ताराबाईंविरुद्ध पुढे जाणे अशक्य झाल्याने आणि अनेक निष्ठावान मराठा सरदारांनी पाठ फिरवल्यामुळे बाळाजी विश्वनाथाला मुख्यमंत्री (पेशवा) नेमले. या एका व्यक्तीच्या कर्तृत्व कौशल्याने एकूण परिस्थितीत आमूलाग्र बदल झाला. त्याने कोल्हापूरात महाराणी ताराबाईंचे अध:पतन

घडवून आणून आपल्या मुत्सद्देगिरीने जे सरदार स्वतंत्ररीत्या वागत होते किंवा महाराणी ताराबाईंच्या मुलाकडील (छ. राजारामांचा मुलगा) पक्षात होते, त्यांच्याशी प्रत्यक्ष युद्ध करून त्यांना पराभूत केले किंवा आपल्या मुत्सद्देगिरीने त्यांची मने वळवली. या सर्व गोष्टी करीत असताना बाळाजीने आपली पुण्याशी असलेली बांधीलकी कदापि सोडलेली नव्हती आणि सहजगत्याच त्याच्या कुटुंबाचे ते निवास्थान बनले होते. त्याचा ज्येष्ठ मुलगा पहिला बाजीराव वडिलांच्या मृत्यूनंतर पंतप्रधान झाला. त्याने पुण्यात राजप्रासाद बांधण्यास सुरुवात केली आणि पुढे तो त्या राजवाड्यात-शनिवारवाड्यात आपल्या लावण्यवती प्रियतमेसह राहिला. बाजीरावचा मुलगा बाळाजी बाजीराव फक्त एकोणवीस वर्षांचा असताना छ. शाहूमहाराजांनी त्याची बाजीरावाच्या मृत्यूनंतर पेशवेपदी (पंतप्रधान) नियुक्ती केली. त्याने हळूहळू मराठा राज्याची सर्व सूत्रे आपल्या हाती घेतली. छ. शाहूमहाराजांच्या मृत्यूनंतर बाळाजी बाजीरावाने शाहूमहाराजांचा पुतण्या (नातू) रामराजा याला दत्तक देऊन साताराच्या गादीवर बसविले आणि त्याची सुरुवातीस काही महिने इमानेइतबारे सेवा केली. पुढे या राजपुत्राची दुर्दैवाने त्याच्या आजीकडून (महाराणी ताराबाई) सत्ता कमकुवत करण्यात आली. महाराणी ताराबाईंनी रामराजांना चंपाषष्ठीच्या सणानिमित्त गडावर निमंत्रित केले आणि विश्वासघाताने त्यांना कैद केले. यावेळी मराठा राज्य गोंधळलेल्या अवघड अवस्थेत-कचाट्यात सापडले होते. एकटाच माणूस ते वाचवू शकत होता आणि तो म्हणजे पंतप्रधान बाळाजी बाजीराव होय. त्याने रामराजांना नाममात्र छत्रपती ठेवून राज्याच्या सर्व प्रशासनाची सूत्रे आपल्या हाती घेतली आणि राजधानी साताऱ्याहून पुण्यास हलविली. सुमारे ६८ वर्षे शनिवारवाडा हा मराठा राज्याचा केंद्रस्थान होता. शनिवारवाड्याचे बांधकाम पहिल्या बाजीरावाने सुरू केले. बाळाजी बाजीरावाने ते पूर्ण केले आणि त्याच्या पुढील वारसांनी त्याचा विस्तार केला. दिल्लीच्या मोगलसत्तेवर वर्चस्व प्रस्थापित केल्यानंतर पुणे हीच हिंदुस्थानची खरी राजधानी झाली. त्यानंतर दुर्दैवाने घाला घातला. छ. शिवाजी महाराजांनी ज्या बलवत्तर आणि सुस्थितीतील हितकारक मराठा साम्राज्याचा पाया घातला होता व जे छ. राजाराम महाराजांनी नामशेष होण्याच्या मार्गावर असताना वाचविले होते, ते दुसरा बाजीराव नामक एका मुर्खाच्या, दुर्गुणी व दुर्व्यसनी मुलाच्या हातात गेले. प्रथम त्याने

आपल्या मित्रांना तोडले आणि नंतर आपल्या सत्ताधारी मांडलिकांना (संस्थानिकांना) तोडले. त्यामुळे इ.स. १८१८ मध्ये ज्या मराठा फौजांनी अफगाण, पोर्तुगीज, इंग्लिश वगैरे सत्तांना पाणी पाजून विजय संपादन केले होते, त्या मराठा सैन्याचा आश्चर्यकारकरीत्या गौण लष्कराकडून दारुण पराभव झाला.

तरीसुद्धा मराठे अद्यापि आपला प्राचीन उज्ज्वल काळ विसरले नाहीत. हिंदुस्थानातील अखिल भारतीयांत मला जे लोक माहीत आहेत, ते सर्वजण इतिहासात खोलवर डोकावून रस घेतात आणि परकीय भाषेऐवजी आपल्याच मातृभाषेला प्राधान्य देऊन तिच्यात चर्चा करतात. तेव्हा त्यांची प्रशंसा मिळवायची असेल, तर अगदी खात्रीशीर मार्ग म्हणजे त्यांचा भूतकाळ अभ्यासला पाहिजे. थोडक्या शब्दांत सांगावयाचे म्हणजे सर्वांना रावबहादूर पारसनीसांच्या या पुस्तकाची मी त्यासाठी अंतःकरणपूर्वक शिफारस करतो. ज्याना पुणे शहराची गुपिते जाणून घ्यावयाची इच्छा आहे, त्यांनी हे पुस्तक अवश्य वाचावे.

– सी.ए. किंकेड

अनुक्रमणिका

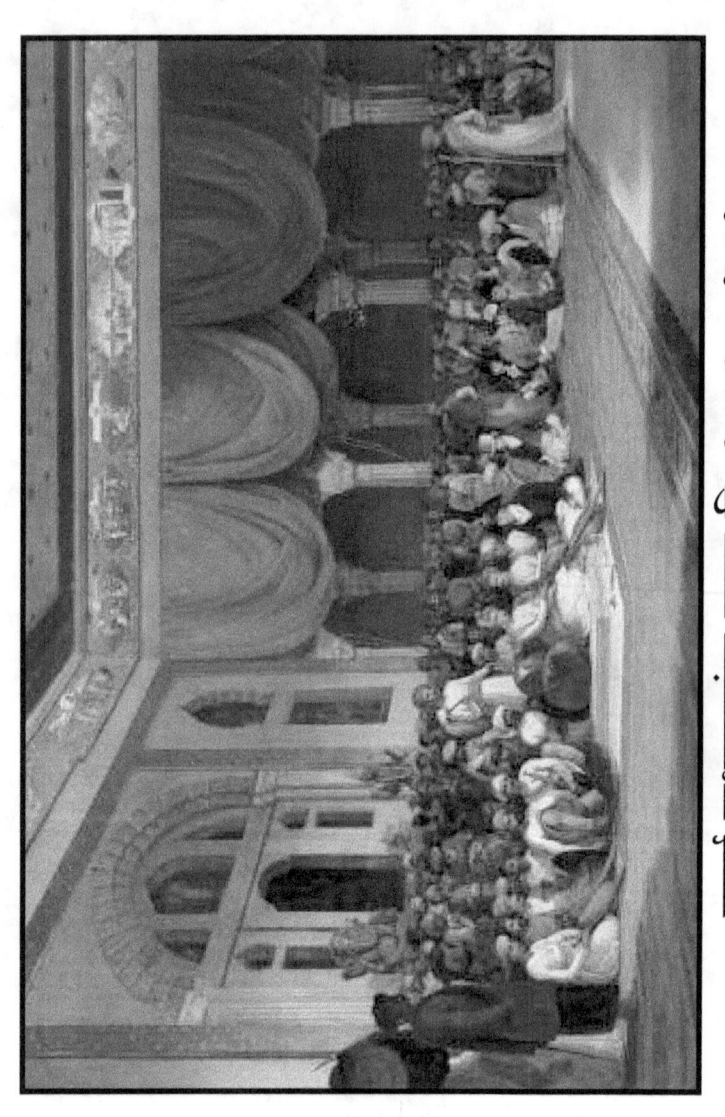

सवाई माधवरावांचा दरबार दि. ९ - ९ - १७९१

प्रकरण १

पुणे आणि त्याचे सत्ताधीश-राज्यकर्ते

पुणे हा एक फार प्राचीन प्रांत आहे. तो मावळ आणि देश यांच्या सरहद्दींवर वसला आहे. प्राचीन काळी जुन्या स्थळांतील पुणे हे एक व्यापारी स्थान व वाहतुकीचे प्रमुख ठिकाण असावे. ते कल्याण बंदरावरून देशांतर्गत जाणाऱ्या प्रमुख मार्गांवरील मुख्य स्थानक असून तिथून दक्षिण हिंदुस्थानात जात येत असे, तसेच उत्तरेकडे माळव्यातही मार्गक्रमण करणे सुलभ होई. पुण्याच्या परिसरात विशेषत: आसपासच्या प्रदेशात उपलब्ध झालेले अनेक कोरीव लेख आणि गुहा यांवरून असे दिसते की, पुणे हा एक महत्त्वाचा प्रांत त्याकाळी होता. पुण्याविषयीचा सर्वात प्राचीन उल्लेख अलीकडे तळेगाव येथे उपलब्ध झालेल्या ताम्रपटात आढळतो. हा ताम्रपट राष्ट्रकूट वंशातील पहिला कृष्ण (कार. ७५६-७७३) याने कोरून घेतला असून त्यात सूर्यग्रहणाच्या निमित्ताने दिलेल्या दानाचा उल्लेख आहे. हे सूर्यग्रहण शके ६९० च्या वैशाख महिन्याच्या शेवटच्या दिवशी म्हणजे अमावस्येस झाले होते. इंग्रजी कॅलेंडरप्रमाणे दि. २३ मार्च ७६८ रोजी ते झाले असावे, ह्याच्याशी शके ६९० मधील घटना सुसंगत आहे. या प्रसंगी कृष्णराजाने कुमारीग्राम (कोरेगाव) हा अग्रहार दिला (दान दिले). याच्या सीमांचे वर्णन प्रस्तुत इ.स.७६८च्या ताम्रपटात पुढीलप्रमाणे केले आहे: त्याच्या पूर्वेस खामगाव, दक्षिणेस खादीर टेकड्या, पश्चिमेस आळंदी आणि थेऊर असून उत्तरेकडून मुळा नदी वाहते आणि ते 'पुण्णक' जिल्ह्यात वसले आहे. पुण्याच्या परिसरातील पाच ग्रॅनाईट अश्मांचे नमुने लॉर्ड व्हॅलेन्शिया यांनी गोळा केले. पुणे जिल्हा गॅझिटिअरचा लेखक पुणे हा शब्द (संज्ञा) 'पुण्णत ' या शब्दाशी तंतोतंत जुळणारा असावा, असे सुचवितो. 'पुण्णत' या शब्दाचा उल्लेख टॉलेमीने इ.स. १५० मध्ये प्रसिद्ध मूल्यवान गोमेद खड्याच्या संदर्भात केला आहे आणि हा तर्क किंवा अटकळ

फ्रायर या इंग्लिश प्रवाशाने इ.स. १६७३ च्या सुमारास तयार केलेल्या नकाशातील पुणे या शब्दाची इंग्रजी अक्षरे 'पनतू' अशी देऊन या विधानास बळकटी आणली आहे. असे असले तरी, पुणे याचा पहिला स्पष्ट उल्लेख इ.स. ७६८ (शके ६९०) मधील राष्ट्रकूटांच्या ताम्रपटात आढळतो आणि ह्या ताम्रपटात तो प्रांत राष्ट्रकूट या हिंदू राजांच्या आधिपत्याखाली असल्याचे नमूद केले आहे. याशिवाय ठाण्याच्या शिलाहार वंशातील अपराजित (कार. ९७५-१०१०) राजाच्या इ.स. ९९३ च्या ताम्रशासनात हे गाव व त्याभोवतालचा प्रदेश यांचे निर्देश पुण्य, पूनक व पुणकविषय देश असे आल्याचे आढळतात.

राष्ट्रकूटांपूर्वी पुणे प्रांत (देश) आंध्रभृत्यांच्या म्हणजे सातवाहनांच्या आधिपत्याखाली असल्याचे काही दाखले वा पुरावे मिळतात. पुण्याजवळ जुन्नर येथे आंध्रभृत्य राजांची काही चांदीची नाणी मिळाली. त्यानंतर इ.स. १३४० पर्यंत या प्रांताचा इतिहासात कुठेच फारसा नामनिर्देश आढळत नाही. मुहम्मद तुघलक (कार. १३२५- १३५१) याने दक्षिणेत राजधानी करण्याच्या हेतूने देवगिरी काबीज केली (१३४०) आणि तिचे नाव दौलताबाद केले. त्या वेळी त्याच्या लष्कराने पुण्याजवळील दक्षिणेस सुमारे १३ मैलांवर असलेल्या कोंडाणा (सिंहगड) किल्ल्यावर हल्ला केला होता. त्यावेळी तो महत्त्वाचा किल्ला होता. इ.स. १३४० पूर्वीसुद्धा दिल्लीचा सुलतान अलाउद्दीन खलजी याच्या लष्कराने देवगिरीवर स्वारी करताना एकदा पुणे पादाक्रांत केले असावे, मात्र त्यानंतर म्हणजे इ.स.१३४० च्या पुढे पुणे इ.स. १५९५ पर्यंत मुसलमानी अंमलाखाली होते. त्यानंतर इ.स. १५९५ मध्ये तीन खेडी आणि किल्ले यांसह अहमदनगरच्या बहादूर निजामशहाने (कार. १५९५-१६००) मराठा साम्राज्याचे संस्थापक छत्रपती शिवाजी महाराजांचे आजोबा मालोजी भोसले यांना ही जहागीर आंदण दिली. पुढे अहमदनगरची निजामशाही शाहजहानने खालसा करून मोगली राज्यास जोडली, तेव्हा मालोजींचा मुलगा शहाजी यांना त्या जहागिरीचे हक्क विजापूरच्या आदिलशाहांकडून कायम करण्यात आले. त्यावेळेपासून औरंगजेबाचा सेनापती शायिस्तेखान याच्या ताब्यातील पुण्याचा अल्पकाळ ताबा सोडला, तर पुणे हे पेशवाईच्या अध:पतनापर्यंत म्हणजे इ.स. १८१८ पर्यंत मराठ्यांच्या आधिपत्याखाली होते.

पुणे हे सुरुवातीस काही झोपड्यांचा एक समूह होता. त्याला मुळा आणि

मुठा या नद्यांच्या संगमामुळे एका पवित्र स्थानाचा दर्जा प्राप्त झाला होता. या संगमाजवळ मुठा नदीच्या काठी पुण्येश्वर व नारायणेश्वर नावाची दोन मंदिरे होती. कदाचित या पुण्येश्वर मंदिराच्या नावावरूनच पुणे हे नाव रूढ झाले असावे. पुढे मुसलमानांनी ही मंदिरे पाडून त्या ठिकाणी मुस्लिम दर्गे बांधले. ते अलीकडे धाकटा व थोरला शेख सल्ला या नावाने ख्यातनाम आहेत. पुण्याचा खरा विकास इ.स. १६३६ नंतर शहाजी भोसल्यांना दिलेल्या सनदेवर शिक्कामोर्तब झाल्यानंतर झाला. या सनदेनुसार त्यांना भिमा आणि नीरा या नद्यांमधील प्रदेश जहागीर म्हणून मिळाला. साहजिकच त्यांच्या जहागिरीत आसपासची खेडी अंतर्भूत झाली. त्यामुळे शहाजीराजांनी पुणे हे आपले मुख्य निवासस्थान केले आणि त्या ठिकाणी 'लालमहाल' हा प्रासाद बांधला. तिथे त्यांनी आपली पत्नी जिजाबाई आणि बाल शिवाजी हे चिरंजीव यांना ठेवले. याशिवाय त्यांनी दादाजी कोंडदेव नावाचा एक ब्राह्मण प्रतिनिधी नेमला. तो जिजाबाईंना मदत करीत असे आणि संपत्तीची देखभाल करी. पुण्याच्या विकासात आणि उत्कर्षात दादाजीचे योगदान मोठे आहे. दादाजीने शेतसारा कमी करून शेतीला उत्तेजन दिले. शिवाजी महाराज जसे वयाने मोठे झाले आणि मावळ्यांना एकत्र करून त्यांनी विजापूरच्या सत्तेविरुद्ध संघर्षाला प्रारंभ केला, तसे पुण्याचे महत्त्व वाढले आणि त्यास श्रेष्ठत्व प्राप्त झाले. औरंगजेबाच्या हरएक सेनापतीनी पुण्यावर ताबा मिळविण्याचा प्रयत्न केला; तथापि शिवराज्याभिषेकापर्यंत (१६७४) शिवाजी महाराजांचे बारीक लक्ष पुण्यावर होते आणि अंमलही होता. पुढे शिवाजी महाराजांनी राजधानी रायगडावर स्थापन केल्यानंतर तिथे त्यांच्या राज्याभिषेकाचा सोहळा संपन्न झाला. शिवाजी महाराजांच्या मृत्यूनंतर छ. संभाजीराजांना पकडेपर्यंत म्हणजे इ.स. १६८९ पर्यंत राजधानी रायगड येथे होती. पुढे शिवाजींचे कनिष्ठ पुत्र छ. राजाराम महाराज यांनी जिंजीहून महाराष्ट्रात आल्यानंतर सातारा हे राजधानीचे गाव ठरविले. शिवाजी महाराजांच्या मृत्यूनंतर स्वातंत्र्याच्या झगड्यात मोगल आणि मराठे यांत सतत संघर्ष होऊन पुणे कधी मोगलांकडे तर कधी मराठ्यांकडे असे आलटून पालटून आधिपत्याखाली होते. मध्यंतरी धनाजी जाधव यांनी ते इ.स.१७०७ मध्ये लोदीखान या मोगल सेनापतीकडून जिंकून घेतले होते. त्यावेळीसुद्धा पुण्यावर मराठे आणि मोगल दोघेही हक्क सांगू लागले. वस्तुत: इ.स. १७२० पर्यंत पुण्यावर शासकीय दृष्ट्या

दोघांची सत्ता होती. पुढे जेव्हा दिल्लीच्या मोगल बादशहाने छत्रपती शाहूंना चौथसरदेशमुखीचे अधिकार विधिवत दिले; त्यावेळी पुणे हे छत्रपती शाहूंच्या सोळा जिल्ह्यांपैकी एक जिल्हा झाले. छ. शाहूंचा पुणे जिल्ह्याचा प्रतिनिधी बाळाजी विश्वनाथ भट होता. त्याचे पद त्यावेळी सुभेदार असे होते. त्यानंतर छ. शाहूंनी बाळाजी विश्वनाथ यास पेशवेपदी नेमले (१७१३) आणि अशाप्रकारे मराठी साम्राज्याच्या उत्तर काळात पेशवे वंशाचा बाळाजी विश्वनाथ हा संस्थापक-जनक बनला. 'पेशवे' हा फार्सी शब्द असून त्याचा वाच्यार्थ अग्रेसर किंवा प्रमुख असा ध्वनित होतो. या संज्ञेचा राजकारणात एक बहुमानदर्शक पदवी किंवा बिरुद म्हणून बहामनी सुलतानांनी प्रथम परिचय करून दिला. तो पंतप्रधान पदाशी समानदर्शक आहे. छ. शिवाजी महाराजांनी त्याचा अंगीकार इ.स. १६५६ मध्ये केला. पुढे रायगडावरील राज्याभिषेकाच्या प्रसंगी (इ.स.१६७४) महाराजांनी अष्टप्रधान मंत्रिमंडळाच्या रचनेत मोरोपंत पिंगळे यांच्याकडे पेशवेपद (पंतप्रधानपद) सुपूर्त केले. पिंगळे कुटुंबात हे पद इ.स. १७१४ पर्यंत चालत आले होते. त्यानंतर छत्रपती शिवाजी महाराजांचा नातू छ. शाहू यांनी ते बाळाजी विश्वनाथ भट यास दिले. त्यानंतर हे पद भट घराण्यात वंशपरंपरेने चालू राहिले, ते सहा पिढ्यांनी उपभोगले. या सुप्रसिद्ध घराण्याचा तपशीलवार इतिहास येथे देणे शक्य नाही; मात्र इ.स. १७१४ ते इ.स. १८१८ दरम्यानचा संक्षिप्त आढावा घेता येईल.

बाळाजी विश्वनाथ हा कोकणस्थ ब्राह्मण किंवा चित्पावन! छ. शाहूंनी त्याला आपल्या राज्याचा पेशवा म्हणून निवडले; कारण त्याच्याकडे नैसर्गिक बुद्धिमत्ता, लाघवी स्वभाव व विशेष नैपुण्य होते. त्याच्याविषयी लिहिताना एकेकाळचा मुंबईचा गव्हर्नर सर रिचर्ड टेम्पल लिहितो, ''शांत, समजुतदार, बहुश्रुत पण करारी व्यक्तिमत्त्व असलेला बाळाजी कल्पक आणि महत्त्वकांक्षी होता. त्याचा स्वभाव असभ्य प्रकारांना पायबंद घालण्याचा होता. त्याबाबतीत त्याचे नैतिक धारिष्ट्य व अलौकिक बुद्धी हे विशेष गुण वाखाणण्यासारखे होते. जणू या गुणांचा संयोगच बाळाजीत झाला होता. शिवाय मुत्सदेगिरी आणि आर्थिक नियोजन यांबाबतीत त्याने प्रभुत्व प्रस्थापित केले होते.''

असा गुणसंपन्न व कार्यक्षम माणूस मिळालेल्या संधीचा पुरेपूर फायदा उठवेल, हे निर्विवाद! ते बाळाजीने केले आणि त्याचा मालकाला (छ.शाहूंना)

फायदा झाला. शिवाय त्याची निस्सिम भक्ती छ. शाहूंवर होती. बाळाजीचे सर्वोत्तम महान कार्य म्हणजे छ. शाहूमहाराजांस मोगल बादशहाकडून स्वराज्य आणि सरदेशमुखी संपादन केलेली सनद होय. या सनदेमुळे छत्रपती शिवाजी महाराजांच्या निधनाच्या वेळी महाराजांच्या आधिपत्याखाली जेवढा प्रदेश व मुलूख होता, तेवढा या सनदेमुळे छत्रपती शाहूंच्या अंमलाखाली आला आणि दक्षिण हिंदुस्थानातील दहा टक्के महसूलही मिळू लागला. अशा प्रकारे अत्यंत यशस्वी व कार्यक्षम मुख्यमंत्री (पेशवा) म्हणून कीर्ती मिळवून बाळाजी विश्वनाथ याचे पुण्याजवळच्या सासवड येथे इ.स. १७२० मध्ये निधन झाले.

बाळाजी विश्वनाथनंतर त्याचा ज्येष्ठ मुलगा बाजीराव (कार.१७२०-१७४०) याची छत्रपती शाहूमहाराजांनी पेशवा किंवा पंतप्रधान म्हणून नियुक्ती केली. त्याला घरामधून विशेषत: वडिलांकडून राजकारणाचे धडे बालपणापासून मिळाले होते. त्याची वागण्याची पद्धत, रुबाबदार व्यक्तिमत्व, लाघवी संभाषण चातुर्य आणि कोणत्याही कठीण प्रसंगी सामोरे जाण्याचे साहस, यांमुळे तो या जबाबदार पदाला लायक होता. त्याने उत्तर हिंदुस्थान आणि दक्षिण हिंदुस्थान यांत अनेक यशस्वी मोहिमा काढून मराठा राज्याचा विस्तार केला आणि अत्यंत पराक्रमी व यशस्वी लष्करी सेनानी म्हणून नावलौकिक मिळविला; मात्र प्रशासकीय व्यवस्थेत आणि मराठा राज्याच्या संघटनात्मक दृढीकरणात फारसे लक्ष घातले नाही. पहिल्या बाजीरावाने माळवा, गुजरात आणि कर्नाटक या प्रदेशांत मोहिमा आखून-स्वाऱ्या करून एकापाठोपाठ एक असे देदीप्यमान विजय मिळविले आणि निजाम, मुहम्मदखान बंगश आणि अन्य शत्रूंना नामोहरम केले, पूर्णत: नमविले. त्यामुळे मराठ्यांची कीर्ती सर्वदूर पसरली, दरारा वाढला आणि त्याच्या शत्रूच्या मनात धडकी भरली. बाजीराव हा कसलेला सेनापती होता; त्याच्याकडे व्यावहारिक कल्पकता नव्हती किंवा पित्याप्रमाणे अर्थव्यवहाराची समज नव्हती व काटेकोरपणाही नव्हता. साहजिकच मराठा राज्य कर्जाच्या विळख्यात अडकले. त्यामुळे राज्याला बिकट आर्थिक स्थितीतून जावे लागले. ''तो एखाद्या साध्या शिपाईगड्याप्रमाणे जगला आणि तसाच मृत्युमुखी पडला.'' हे अगदी चपखल शब्द त्यांच्याविषयी सर रिचर्ड टेम्पलने काढले असून पुढे तो म्हणतो, ''स्वारीवर असताना तो आपल्या शिपाईगड्यांत साध्या किंतानाच्या

राहोटीत राहत असे आणि आजही एक शूर लढणारा पेशवा म्हणूनच सर्व मराठ्यांमध्ये त्याची स्मृती जागृत आहे किंवा हिंदू ऊर्जास्रोताचा अवतार म्हणून त्याची ख्याती आहे.''

पहिल्या बाजीरावाने सासवड ऐवजी पुणे हे मुख्यालय करण्याची कल्पना मांडली आणि त्याने आपल्या पाच सरदारांना वाडे बांधण्यासाठी इ.स. १७२८ मध्ये पुण्याच्या परिसरात जागा दिली. त्यानंतर लवकरच इ.स. १७३२ मध्ये स्वत:साठी प्रासाद बांधला. तोच प्रसिद्ध शनिवारवाडा होय. यामुळे पुण्याचे तत्काळ महत्त्व वाढले. व्यापारी, लष्करातील मातब्बर सेनापती आणि परदेशी पाहुणे पुण्यात येऊ लागले आणि त्यांपैकी काही स्थायिक झाले. पुण्याची लोकसंख्या झपाट्याने वाढली; परंतु राजधानीचा दर्जा त्यास मिळण्यास इ.स. १७४९ साल उजाडावे लागले; कारण त्या वर्षी छ. शाहूमहाराजांचे निधन झाले आणि मराठ्यांच्या सत्तेची सर्व सूत्रे पेशव्यांच्या हाती केन्द्रित झाली. खुद्द छ. शाहू महाराजांनी तिसरे पेशवे बाळाजी बाजीराव यास मृत्यूपूर्वी आज्ञापत्रे देऊन मराठ्यांच्या राज्याची धुरा वाहण्याची आज्ञा केली.

पुण्याच्या विकासाचा मागोवा घेण्यासाठी आपल्याला मुसलमानांनी प्रथम केलेल्या आक्रमणापर्यंत जावे लागेल. पुणे पादाक्रांत केले, त्यावेळी त्यांनी 'बर्या' नामक एका अरब सेनाधिकाऱ्यास येथे नेमले होते. त्याने या नगराभोवती मातीची भिंत बांधली आणि तीन दरवाजे ठेवले. या भिंतीचे अवशेष अद्यापि अवशिष्ट असून दृष्टोत्पत्तीस पडतात. या भिंतीच्या आतील गाव 'कसबा' या नावाने त्यावेळी ओळखले जाई आणि त्यात प्रामुख्याने मुसलमान आणि त्यांच्या रक्षणार्थ ठेवलेली शिबंदी एवढीच वस्ती होती. हिंदू हे मुख्यत्वे व्यापारी वर्गातील होते आणि भिंतीबाहेर राहात असत. जसजसा शहराचा व्यापार व विस्तार होत गेला, तशा चार नवीन पेठा वसल्या. त्यांपैकी दोन दक्षिणेला, एक पूर्वेला आणि एक पश्चिमेला होती. दक्षिणेकडील पेठांना मोहियाबाद आणि मलकापूर म्हणत. त्याच आज बुधवार आणि आदितवार या नावांनी ओळखल्या जातात. पूर्वेकडील पेठेला अष्टपुरा म्हणत. ती सध्याची मंगळवार पेठ होय आणि पश्चिमेकडील मुर्चदाबाद पेठ ही सध्याची शनिवार पेठ आहे. निजामशाही (अहमदनगर) आणि आदिलशाही (विजापूर) या सत्तांमधील युद्धाच्या वेळी पुण्याला दुष्काळ आणि लुटालुटीने ग्रासले होते.

तसेच जेव्हा विजापुरी फौजा इ.स. १६३० मध्ये शहाजींचा पाठलाग करीत होत्या, तेव्हा आदिलशाहचा सेनापती मुरार जगदेव याने पुणे शहर जाळले. त्याच्या तटबंदीच्या भिंती पाडल्या आणि त्यावरून गाढवाकरवी नांगर फिरविला. ती जागा शापीत व्हावी म्हणून त्या जागी लोखंडी फाळ जमिनीत रोवला. या शापातून पुण्यास दादाजी कोंडदेवाने मुक्त केले आणि त्याची भरभराट झाली. निजामशाहीच्या पतनानंतर आदिलशहाने शहाजीराजांना आपल्याकडे खुशीने सेवेत घेतले. एवढेच नव्हे तर इ.स. १६३५ मध्ये त्यांची पुणे जहागीर कायम केली. मुरार जगदेव याने जी शापीत वस्तू (लोखंडी फाळ) रोवली होती, ती दादाजींनी काढून टाकली आणि सोन्याच्या फाळाने जमीन नांगरली आणि शहाजीराजांच्या पत्नी जिजाबाई आणि त्यांचा सुपुत्र छ. शिवाजी यांचे निवासस्थान केले. जिजाबाईंनी तिथे गणपतीचे मंदिर बांधले असावे किंवा जुन्याचा जीर्णोद्धार केला. तोच कसबा गणपती या नावाने आजही प्रसिद्ध आहे.

पुणे हे पेशव्यांचे निवास्थान झाल्यानंतर त्याचा विस्तार आणि भरभराट झपाट्याने झाली. पहिल्या बाजीरावाने पुण्यात राहावयाला सुरुवात करून कुठे सहासात वर्षे झाली असतील, तेव्हा म्हणजे इ.स. १७३९ मध्ये ब्रिटिश राजदूत कॅप्टन गॉर्डन सातारला जाताना पुणे येथे काही काळ थांबला होता. त्याला पुण्याच्या उत्कर्षाची अनेक उदाहरणे व संकेत जाणवले. शहरातील रस्ते लोकांच्या गर्दीने गजबजलेले होते आणि टुमदार घरे जिकडे तिकडे दिसत होती. शहरात दारूगोळा, युद्धसाहित्य आणि तोफा ओतकामाचे कारखाने भरभराटीत असून विणकामाचे हातमाग हा उद्योगही तेजीत असल्याचे गॉर्डन यांना आढळले. त्यामुळे पुण्यातील हातमागांपासून तयार होणारे उत्पादित कापड देशातील विविध ठिकाणी, प्रामुख्याने मुंबईला निर्यात होत असे. जमिनीचा सारा (शेतसारा) माफक होता आणि शेतीची एकूण परिस्थिती समाधानकारक होती. पहिला बाजीराव आणि त्याचा मुलगा बाळाजी बाजीराव यांना सततच्या लढाया व युद्धप्रसंग यांमुळे पुणे शहराच्या विकासाकडे म्हणावे तसे लक्ष देण्यास पुरेसा वेळ मिळाला नाही. पहिला बाजीराव याचे इ.स. १७४० मध्ये निधन झाले आणि त्याचा मुलगा बाळाजी बाजीराव उर्फ नानासाहेब पेशवेपदावर आला. नानासाहेबांची सुरुवातीची चार वर्षे शांततेची गेली. ह्या काळात या तरुण पेशव्याने प्रशासनव्यवस्था

सुधारण्यासाठी खूप प्रयत्न केले. छत्रपती शाहूमहाराज यांचे इ.स. १७४९ मध्ये निधन झाले. मृत्यूपूर्वी शाहूमहाराजांनी नानासाहेबास दोन आज्ञापत्रे दिली आणि मराठा साम्राज्य चालविण्याचे पूर्ण अधिकार पेशव्यास दिले. यामुळे मराठा साम्राज्याचे सर्वाधिकार पेशव्यांच्या हातात केन्द्रित झाले आणि पुणे हीच मराठा साम्राज्याची वस्तुत: राजधानी बनली. पुणे शहराला इ.स. १७५० मध्ये तायफेंथेलर्स नावाच्या एका फ्रेंच मिशनऱ्याने भेट दिली होती. त्याने ही ब्राह्मण राजपुत्राची राजधानी असून तिथे सुसंस्कृत लोक राहतात, असे वर्णन केले आहे. दुसऱ्या एका द्यु पेराँ नावाच्या फ्रेंच प्रवाशाने पुण्याला त्यानंतर सुमारे सात वर्षांनी भेट दिली होती. तो लिहितो, "पुणे हे चार-पाच खेड्यांचा एक संघ असून त्यांची सामायिक बाजारपेठ आहे. सर्वत्र एक मजली घरे आढळतात. बाजारपेठ म्हणजे एक रुंद रस्ता असून तो एका टोकापासून दुसऱ्या टोकापर्यंत सरळ जातो. त्याच रस्त्यावर दुतर्फा दुकाने आहेत आणि त्यातून युरोप व अन्य आशियायी देशांतील हरतऱ्हेचा विक्रीचा माल मांडलेला होता. काही पळून गेलेले युरोपियन्स या बाजारपेठेच्या आजूबाजूला राहात असलेले दिसतात; मात्र उरलेला शहरातील भाग फारसा आकर्षक नाही आणि त्याविषयी फारसे लिहिण्यासारखेही नाही."

मला या ठिकाणी पेशव्यांच्या उदय-अस्ताच्या इतिहासाविषयी फारसे बोलावयचे नाही वा त्या प्रकरणातही फारसे लक्ष केन्द्रित करावयाचे नाही. तसेच त्यांच्या अंतर्गत राजकारणात आणि परदेशी व्यवहारासंबंधी फारसे सविस्तर लिहावयाचे नाही; मात्र मी इतके सांगू इच्छितो की, बाळाजी बाजीराव हा पेशवा अत्यंत हुशार, कर्तृत्ववान आणि लाघवी स्वभावाचा होता. त्याने दूरवरच्या लष्करी मोहिमा शिस्तबद्धरीत्या आखल्या व संघटित केल्या. या सर्व लष्करी स्वाऱ्यांचे नेतृत्वही त्याने केले. या मोहिमांसाठी त्याने शिंदे, होळकर, पवार व अन्य तरुण शिलेदारांच्या-सरदारांच्या कौशल्याचा, विशेषत: शौर्याचा व नेतृत्वगुणांचा पुरेपुर उपयोग करून घेतला आणि बहुतेक सर्व आघाड्यांवर विजयश्री खेचून आणली. त्याच्या कारकिर्दीत मराठी सत्ता सर्वदूर अखिल हिंदुस्थानात प्रसृत होऊन कळसाला पोहोचली होती. बाळाजी बाजीरावाने अंतर्गत प्रशासनव्यवस्थेतही शिस्त निर्माण करून शेतकरीवर्गाची स्थिती सुधारली, अशा या देदीप्यमान कार्यकर्तृत्व करणाऱ्या पेशव्याचा शेवट मात्र अतीव दु:खद झाला. पानिपतच्या तिसऱ्या युद्धातील मराठ्यांचा दारुण पराभव नानासाहेबांना जिव्हारी

लागला आणि त्यातच भाऊ भाऊ करीत त्यांनी पर्वतीवर इ.स. १७६१ च्या जूनमध्ये प्राण सोडला.

वयाच्या अवघ्या सतराव्या वर्षी थोरले (पहिले) माधवराव बाळाजी बाजीराव या पित्याच्या मृत्यूनंतर पेशवेपदावर आले (१७६१). पेशवे वंशातील ते चौथे पेशवे होते. ते अत्यंत सद्‌गुणी, करारी, कार्यकुशल आणि कर्तृत्ववान होते. त्यांचे चारित्र्य धुतलेल्या तांदळाप्रमाणे स्वच्छ होते. त्यामुळे त्यांनी आपल्या पराक्रमाने व कर्तृत्वकार्याने मराठ्यांची गेलेली पत आणि झालेला पराभव धुवून काढून राज्याची घडी पूर्ववत बसविली. त्यांनी पुण्याच्या अंतर्गत प्रशासकीय व्यवस्थेत लक्ष केन्द्रित केले आणि पुण्याच्या विकासाला हातभार लावला. त्यासाठी त्यांनी पुणे शहरासाठी खास कोतवाल नेमला आणि शांतता व सुव्यवस्था शहरात नांदावी म्हणून अथक प्रयत्न केले. तद्‌वतच त्यांनी रामशास्त्री प्रभुण्यांसारखी अत्यंत मान्यवर व निःस्पृह व्यक्ती राज्याच्या सरन्यायाधीशपदी नियुक्त केली आणि मातब्बर, प्रसिद्ध व मुत्सद्दी अशी नाना फडणीसांसारखी व्यक्ती चिटणीसपदी निवडली. थोरल्या माधवरावांची कारकीर्द (१७६१-१७७२) एकूण विलक्षण व असामान्यच ठरली; परंतु दुर्दैवाने ती अल्पकाळ म्हणावी लागेल. त्यांचे इ.स. १७७२ मध्ये ऐन तारुण्यात पुण्याजवळच्या थेऊर येथे क्षयरोगाने निधन झाले. त्यांच्या मृत्यूनंतर त्यांचा धाकटा भाऊ नारायणराव पेशवेपदावर विराजमान झाला. सर रिचर्ड टेम्पल हा तत्कालीन इंग्लिश राजदूत माधवरावांच्या अल्पकालीन देदीप्यमान कारकिर्दीविषयी विशेषत: त्यांचे व्यवस्थापन, शासनव्यवस्था आणि प्रशासन यांविषयी स्तुती करताना लिहितो, "माधवराव या हिंदू राजपुत्राने एवढ्या महत्त्वाच्या लोकाभिमुख गोष्टी केवळ दहा-अकरा वर्षांच्या अल्प जीवनकाळात अनेक राजकीय व घरगुती अडथळे असताना तसेच प्रतिकूल परिस्थितीत आणि अनेक मोहजाल खुणवीत असताना, त्यांना डावलून, तोंड देत केल्या; मात्र त्याचे जीवन ऐन उमेदीतच संपले; परंतु या थोड्या कालावधीतसुद्धा त्याने एखाद्या मुरब्बी-अनुभवी मुत्सद्याला लाजवेल अशा प्रकारचे धोरण आखून व्यवस्थापनात आमूलाग्र यशस्वी बदल केले. त्यातून या तरुण पेशव्याचे कुशल नेतृत्व व कार्यक्षमता दृष्टोत्पतीस येते. खरोखरीच ही आश्चर्यकारक बाब होय. त्याच्याकडे एक आदर्श राजपुत्र राज्यकर्ता म्हणून यापुढेही सतत पाहिले जाईल. 'फ्लॉस रिगम' म्हणून त्यांचा आदर केला जाईल.

अशा प्रकारची नीतिमत्ता आणि दर्जा असलेले व्यक्तिमत्त्व या हिंदू राष्ट्राने आतापर्यंत निष्पन्न केले नसेल!''

थोरल्या माधवरावांचे काका रघुनाथराव ऊर्फ राघोबादादा ही व्यक्ती शूर आणि अतिशय महत्त्वाकांक्षी होती. तेवढीच त्यांची पत्नी आनंदीबाई जिद्दीची व महत्त्वाकांक्षी होती. पुण्यनगरीने थोरल्या माधवरावांच्या मृत्यूनंतर काही अभूतपूर्व गुप्त कटकारस्थाने आणि दुःखी घटना अनुभवल्या, त्याला हे दांपत्य विशेषत्वाने आनंदीबाई अधिक कारणीभूत व जबाबदार होत्या. रघुनाथराव यांना पेशवेपदाची उत्कट आकांक्षा व इच्छा होती; परंतु थोरले माधवराव ही जबरदस्त व्यक्ती त्यांच्या आकांक्षेच्या आड आली; किंबहुना माधवरावांच्या पोलादी नेतृत्वापुढे त्यांना नमते घ्यावे लागले; तथापि त्यांनी माधवरावांना या ना त्या कारणांनी कोंडीत पकडण्याचा प्रयत्न अनेकदा केला. अखेर अंतर्गत संघर्षात माधवरावांनी इ.स. १७६८ मध्ये त्यांचा घोडपेच्या लढाईत पराभव करून त्यांना पुण्यातील शनिवारवाड्यात नजरकैदेत ठेवले. रघुनाथरावांनी इ.स. १७७२ पर्यंत संधीची वाट पाहिली आणि जेव्हा अगदी तरुण व अननुभवी नारायणराव माधवरावांच्या अकाली–आकस्मिक निधनानंतर पेशव्यांच्या गादीवर बसला, त्यावेळी त्यांनी भेकड कृत्य करून कारस्थान रचले आणि नारायणरावाचा त्याच्या निवासस्थानी शनिवारवाड्यात इकडे तिकडे सहा महिने लोटतात ना तोच दि. ३० ऑगस्ट १७७३ रोजी अत्यंत निर्घृणपणे खून करविला. त्यानंतर रघुनाथरावानी पेशव्यांची वस्त्रे धारण केली; परंतु मंत्रिमंडळातील बहुसंख्य मंत्र्यांचा त्यास विरोध होता. त्यांनी बारभाई मंडळ स्थापन केले आणि रघुनाथरावांच्या पेशवेपदास आव्हान दिले. रघुनाथराव पेशवे म्हणून त्यांना मान्य नव्हते. म्हणून त्यांनी असे जाहीर केले की, मराठ्यांची शासनव्यवस्था नारायणरावांची विधवा पत्नी गंगाबाई हिच्या नावे चालवावी, ती त्यावेळी गरोदर होती. तिला सुरक्षिततेच्या कारणास्तव पुरंदर किल्ल्यावर नेऊन ठेवण्यात आले. तिला काही दिवसांनी मुलगा झाला. त्याचे नाव सवाई माधवराव ठेवण्यात आले आणि भावी पेशवा म्हणून त्याच्या नावे ग्वाही फिरविण्यात आली. रघुनाथरावांचा या सर्व कृतींमध्ये सतत अडथळा होता. त्यांनी सवाई माधवरावांच्या पेशवेपदास इ.स. १७८४ अखेरपर्यंत सतत विरोध केला, परंतु बारभाईंनी त्यांच्या विरोधाला भीक घातली नाही. पण रघुनाथरावांनी जी भाऊबंदकीची बिजे पेरली होती, ती नंतरच्या काळात उफाळून वर आली

आणि तिने पुण्याच्या मराठ्यांच्या सत्तेचा सर्वनाश केला. अखेर पेशवाई तीत बुडली.

थोरल्या माधवरावांच्या मृत्यूनंतर पुण्यनगरीने अनेक संकटांना-दुष्कृत्यांना तोंड दिले होते. सवाई माधवरावांच्या वेळी (इ.स.१७७४-१७९५) नाना फडणीस हे मुख्यमंत्री आणि सर्वेसर्वा होते. त्यांनी आपल्या चाणाक्ष बुद्धीने आणि मुत्सदेगिरीने तसेच हिंमतीवर पुण्याची प्रशासकीय व्यवस्था सुधारली व तिला शिस्त आणली. या काळातील पुण्याविषयी, विशेषत: तेथील संपन्न व सधन जीवनशैलीबद्दल तत्कालीन ब्रिटिश कॅम्पमधील एक लष्करी अधिकारी कॅप्टन रेनेल इ.स. १७८५ मध्ये लिहितो, ''पुणे १७५७ साली जसे होते, तसे ते संपन्न व सधन या सुमारास दिसत होते. यावेळी पुणे हे सर्वसाधारणत: फार मोठे शहर नव्हते आणि संरक्षणाच्या दृष्टीने फार कमकुवत असे शहर होते.'' परंतु नाना फडणीसांच्या प्रशासकीय कर्तृत्वाखाली शहराची झपाट्याने वाढ होऊन भरभराट झाली आणि इ.स. १७९२ साली जेव्हा कॅप्टन मूरने पुण्याला भेट दिली, तेव्हा पुण्याच्या परिसरात उद्याने फुलांनी फुलली होती, वृक्षवाटिका बहरल्या होत्या आणि उपवने व इतरत्र पाण्याची सर्वत्र उत्तम योजना होती. शहर फारसे मोठे विस्तृत नव्हते, परंतु टुमदार घरे आणि भक्कम वाडे यांनी त्याची शोभा अवर्णनीय झाली होती. शहरात काही व्यापारी पेठा वसल्या होत्या, त्यांतून पाश्चात्त्य, मुख्यत्वे इंग्लिश वस्तू होत्या. त्यांत सुरेख आरसे, पृथ्वीचे गोल, दिवे आणि इतर सुंदर पोषाख, दागिने व शोभेच्या वस्तू होत्या. मूर म्हणतो की, शहरात पोलीस खाते फार दक्ष व कार्यक्षम होते.

पुण्याच्या पेशवेकालीन इतिहासात इ.स. १७९२ हे वर्ष फारच संस्मरणीय मानले जाते; कारण या वर्षी मराठ्यांचे एक थोर सेनानी महादजी शिंदे यांनी दिल्लीच्या मोगल बादशहाकडून वकील-इ-मुतालिक या किताबाचा पोषाख व सनद आणली होती. ती तरुण पेशवा सवाई माधवराव यांना प्रदान करण्याचा अत्यंत शाही व दिमाखदार समारंभ पुण्यात संपन्न झाला. त्यानंतर दोन वर्षांनी इ.स. १७९४ मध्ये महादजी शिंदे यांचे पुण्याजवळील वानवडी येथे निधन झाले. पुढे एक वर्षानेच ऑक्टोबर १७९५ मध्ये तरुण पेशवा सवाई माधवराव याने गच्चीवरून राजवाड्याच्या प्रांगणातील कारंज्यावर उडी मारली आणि जबर जखमी झाले. त्यातच त्याचे देहावसन झाले.

सवाई माधवरावांच्या मृत्यूनंतर मराठ्यांच्या साम्राज्याचे सोनेरी दिवस संपले. त्यानंतरच्या पुढील वर्षांत पुणे हे कटकारस्थानांनी वेढले गेले, जाळपोळ आणि अनैतिक भानगडी यांचा अड्डा बनले. सवाई माधवरावांच्या कारकिर्दीत पेशवाईचे वैभव आणि कीर्ती कळसाला पोहोचली होती आणि त्यांच्या निधनानंतर पेशवाईच्या अधोगतीला प्रारंभ झाला. लोक, सामान्य जनता आणि मराठी फौजा सत्ताधीशांना फारशा जुमानीतशा झाल्या, त्यांचा आदर कमी झाला. पुण्याच्या रस्त्यावर इ.स. १७९७ मध्ये निराशेने पछाडलेले अरब शिपाई आणि मराठ्यांच्या लष्कराची एक तुकडी यांत सार्वजनिक स्थळी मारामारी झाली. तीत शंभरएक माणसे नाहक मृत्युमुखी पडली आणि दंगल माजविणाऱ्या समाजकंटकांनी दुकाने व सामान्य लोकांची घरे लुटली. ज्या ठिकाणी ही दंगल उसळली ते स्थान आज खुन्या मुरलीधर या नावाने प्रसिद्ध आले.

सवाई माधवरावांच्या मृत्यूनंतर पेशवेपदावर रघुनाथरावांचा मुलगा दुसरा बाजीराव त्या वेळच्या अनेक मंत्र्याच्या इच्छेविरुद्ध आला. दुसरा बाजीराव भ्याड, स्त्रीलंपट आणि व्यभिचारी होता. त्याच्याकडे आपल्या थोर सत्ताधारी पूर्वसूरींचे कोणतेच सद्गुण नव्हते, तसेच साहस व पराक्रम नव्हता. गादीवर येताच तो दौलतराव शिंद्याच्या कच्छपि गेला. दौलतराव हा नाना फडणीसाचा कट्टर द्वेष्टा आणि त्यांच्या वर्चस्वाचा मत्सर करणारा आसामी होता. बाजीरावाने त्याच्या मदतीने नाना फडणीसांना कैद करून त्यांची रवानगी अहमदनगरच्या किल्ल्यातील तुरुंगात केली. त्यानंतर रघुनाथरावांच्या विरुद्ध पक्षातील मंत्रिगण आणि त्यांचे पाठीराखे यांना पकडून त्यांना तुरुंगात डांबले आणि त्यांची घरे लुटली. त्यामुळे पुणे शहरात लोकांची त्रेधातिरपीट उडून भयग्रस्त वातावरणाबरोबर संतापाची लाट उसळली. या अराजक बेबंदशाहीचा धुमाकूळ आणि लोकांवरील अत्याचार यांचा परिणाम अखेर दीडशे वर्षे जे साम्राज्य टिकून होते, ते एखाद्या पत्त्याच्या बंगल्याप्रमाणे केवळ वीस वर्षांच्या कालावधीत कोलमडून पडले आणि रसातळाला गेले. पुणे शहर आणि तेथील नागरिक यांच्यावर इ.स. १७९८ मध्ये आणखी एक मोठेच संकट कोसळले. बाजीरावाने दौलतराव शिंदे यांच्याकडून मदतीच्या पोटी भली मोठी रक्कम उचलली होती; पण ती त्याला वेळेवर परत करणे शक्य झाले नाही. तेव्हा

बाजीरावाने दौलतरावास असे सुचविले की, तू ही रक्कम लोकांकडून जबरदस्तीची करवसुली लादून फेडून घे. ही सूचना अत्याचाराला पुरेशी होती. हे काम दौलतराव शिंद्याने आपले सासरे सर्जेराव घाटगे यांच्याकडे सुपूर्द केले. सर्जेराव हा आसामी अतिशय क्रूर व दुष्ट होता. त्याने अनन्वित अत्याचार करीत शहर लुटले, घरे उद्ध्वस्त केली, काही घरांना आगी लावल्या, बायकांची अब्रू घेतली. त्याच्या या अधम कृत्यांमुळे त्याचे नाव आजही भयग्रस्त बनले आहे. मध्यंतरी नाना फडणीसांना तुरुंगातून मुक्त करून पुन्हा पूर्वपदावर म्हणजे मुख्यमंत्री म्हणून नेमण्यात आले; परंतु त्यानंतर ते फार दिवस जगले नाहीत आणि इ.स. १८०० मध्ये त्यांचे निधन झाले. बहुतेक सर्व इतिहासकारांनी हे मान्य केले आहे किंवा असे म्हटले आहे की, त्यांच्या मृत्यूने पेशवाईच्या अध:पतनावर शिक्कामोर्तब केले. तत्कालीन ब्रिटिश रेसिडेन्ट लिहितो, ''त्यांच्या मृत्यूबरोबर सर्व शहाणपणा संपला आणि मराठी राज्याचा नेमस्तपणाही अन्तर्धान पावला.''

यानंतर पुढे बाजीरावाने उघडपणे सूडाचे राजकारण करण्यास सुरुवात केली आणि स्वत:वर आणि वडिलांवर ज्या ज्या व्यक्तींनी अन्याय केला, अशी त्याची समजूत होती, त्या सर्वांचा सूड घेण्याचे धोरण त्याने अंगीकारले. या व्यक्तीमध्ये माधवराव रास्ते हे थोरल्या माधवराव पेशव्यांच्या मातूल घराण्यातील एक सरदार होते. त्यांना बाजीरावाने राजवाड्यावर निमंत्रित केले आणि तेथेच कैद करून तुरुंगात डांबले. यामुळे पुणे शहरात भीतीयुक्त गोंधळाची परिस्थिती निर्माण झाली आणि कायदा, नीतिनियम झुगारून देऊन लोकांनी विशेषत: समाजकंटकांनी शहरात धुमाकूळ घातला, लुटालूट केली. या गोंधळाच्या आणि दंग्याधोप्याच्या काळातच यशवंतराव होळकर यांचा भाऊ विठोजीराव यास बाजीरावाने कैद केले आणि त्यास हत्तीच्या पायाखाली चिरडण्याची आज्ञा दिली. खरं पाहता विठोजीराव याने बाजीरावास शिंद्याच्या विरुद्ध बहुमोल मदत केली होती, सहकार्य दिले होते.

थोडक्यात या सर्व घटनांनी पुणे शहर अराजकात बुडाले होते आणि सर्वत्र गोंधळाची परिस्थिती होती. तरीसुद्धा पुण्याची संपन्नता आणि वैभव यत्किंचितही कमी झाले नव्हते, हे कर्नल वेल्श आणि कॅप्टन रॉबर्ट्सन यांनी इ.स. १८०१ मधील निदर्शनास आणलेल्या काही उदाहरणांवरून स्पष्ट दिसते.

या सुमारास शहराचा विस्तार सुमारे. तीन मैल एवढा पसरला होता आणि त्यात सुमारे १,४०,००० घरे किंवा उंबरे होते. लोकसंख्या सहा लाखांच्या घरात असावी. शहरातील काही रस्ते फारच अरुंद होते आणि त्यांवरील दुकानातून युरोप, चीन व हिंदुस्थानातील अन्य प्रांतातून आलेला माल विक्रीसाठी मांडून ठेवलेला होता. शहरातील काही घरे तीन किंवा चार मजली होती. या भव्य वाड्यांचे दृश्य नदीच्या पलीकडच्या किनाऱ्यावरून फारच विलोभनीय दिसत असे. या ठिकाणी नदीच्या काठाने फरसबंदी घाट बांधलेले होते आणि त्या घाटांच्या बाजूने वृक्षवल्ली एकमेकांत मिसळलेल्या दिसत होत्या. शहरातील फळांची बाजारपेठ विविध प्रकारच्या फळांनी आणि भाजीपाल्याने तुडुंब भरली होती. कॅप्टन रॉबर्टसनने पुण्याचे वर्णन एक आनंदी, श्रीमंत व उद्योगशील नगरी असे केले आहे; कारण गव्हर्नर आणि इतर थोर व्यक्ती बाहेरच्या जगतात पैसा कमवितात आणि पुण्याला येऊन तो लग्नसोहळे, मेजवान्या आणि इतर मौजमजा व करमणुकीच्या साधनांवर खर्च करतात. ''मोठ्या प्रमाणावर पुण्यात पैशाचा, संपत्तीचा ओघ अन्य कारणांनी होत असतो. त्यात पाश्चात्त्यांची विशेषत: परदेशी सत्तांची कटकारस्थाने आणि पेशव्यांबद्दल बाहेरच्या मराठा सरदारांचा आदर व्यक्त करणाऱ्या देणग्या यांचा प्रामुख्याने अंतर्भाव होतो. पुणे शहर शस्त्रसज्ज-संरक्षण दले, सुरेख उमदे घोडे, पालख्या आणि भपकेदार हत्ती यांनी उजाळलेले होते. शहरात दूत इकडून तिकडे जागोजाग पळत असून सर्वत्र अतिशय खिलाडू व आनंदी वातावरण होते. त्याला नाचगाण्यांनी विशेष शोभा आणली होती.''

यशंवतराव होळकरांनी आपल्या भावाच्या अमानुष हत्येचा बदला घेण्यासाठी उत्तरेतून फौजफाट्यासह येऊन पुणे शहर लुटले आणि शहरातील नागरिकांना पुन्हा एकदा या दुर्दैवी आपत्तीला तोंड द्यावे लागले. यशवंतरावाने पेशव्यांच्या सैन्याचा पुण्याजवळ दारुण पराभव केला. तेव्हा तत्काळ बाजीरावाने पळून जाऊन सिंहगड किल्ल्यात आश्रय घेतला. होळकराने पुणे शहर हस्तगत करून सुरुवातीला संयम दाखविला आणि शहरात सुव्यवस्था आणून जनजीवन सुरळीत केले. तसेच बाजीरावाने पुन्हा पुण्यात परत यावे म्हणून त्याचे मन वळविण्याचे अनेक प्रयत्न केले; परंतु बाजीराव उलट पुण्याऐवजी कोकणात पळून गेला आणि त्याने इंग्रजाकडे मदतीची याचना

केली व गमावलेल्या पेशवाईच्या गादीवर आपली पुन:स्थापना करवी म्हणून विनवणी केली. या बातमीमुळे होळकर बेफाम झाला आणि त्याने पुण्यातील नागरिकांवर जबरदस्त कर बसविले व खंडणीची मागणी केली. त्या मागणीसाठी सर्जेराव घाटगेने ज्या पद्धतीच्या क्लृप्त्या लढविल्या त्या लढवून अत्याचार केले. निष्पाप लोकांची क्रूर कत्तल केली आणि लुटालूटही केली. अनेक मोठे वाडे गुप्तधनाच्या आमिषाने जमीनदोस्त करण्यात आले. या घरांच्या पडझडीत आणि विध्वंसात पेशव्यांचा शनिवारवाडासुद्धा सुटला नाही. पुण्यात शांतता आणि सुव्यवस्था निर्माण करण्यासाठी इंग्लिश शासनाने बाजीरावाची पेशवेपदावर पुन: स्थापना करण्याची सूचना मान्य केली आणि त्यांनी प्रथम बाजीरावाबरोबर प्रसिद्ध बासिनचा तह केला. या तहावर उभयतांतर्फे दि. ३१ डिसेंबर १८०२ मध्ये स्वाक्षऱ्या करण्यात आल्या. बाजीरावाने इंग्रजांना लष्करी मदतीच्या पोटी सुमारे सव्वीस लाखांचा मुलूख तोडून दिला. अखेर जनरल वेलस्ली दस्तुरखुद्द बाजीराव पेशव्यास पुण्यास घेऊन आला आणि त्याने इ.स. १८०३ मधील एप्रिल महिन्यात पेशव्यास इंग्रजांतर्फे विधिवत पेशव्यांच्या गादीवर बसविले.

या सुमारास पुण्यातील अंतर्गत राजकीय स्थिती अधिकच बिकट बनत चालली होती आणि पुण्याची लोकसंख्या घटू लागली होती. त्याबरोबरच पुण्याचे वैभव आणि संपन्नता अधोगतीला लागली होती. कर्नल वेल्शने इ.स. १८०१ मध्ये पुण्याची लोकसंख्या सुमारे सहा लाख असल्याचे नमूद केले होते; तर सर जेम्स मॅकिंटोश याने इ.स. १८०८ मध्ये जेव्हा पुण्याला भेट दिली, त्यावेळी तेथील लोकसंख्या सुमारे एक लाखाच्या आसपास असावी, असे नोंदविले आहे. दुसरा एक इंग्लिश इसम इ.स. १८१६ मध्ये पुण्यात आला असता, तो आपल्या दैनंदिनीत पुण्याविषयी लिहितो, "एकूण लष्करी सामर्थ्याच्या दृष्टिकोनातून पाहता, पुणे फारसे सक्षम वाटत नाही; त्याची श्रीमंती आणि ब्राह्मणी शासन यांनी मराठा राज्यकर्त्यांमध्ये (मांडलिक सरदारांमध्ये) महत्त्वाचे स्थान पटकावले आहे."

दुसऱ्या बाजीरावाचा स्वार्थी स्वभाव, मूर्खपणा आणि विश्वासघातकी प्रवृत्ती यांनी मराठा सत्तेच्या त्वरित ऱ्हासाला हातभार लावला आणि दि. ५ नोव्हेंबर १८१७ रोजी खडकीच्या लढाईने मराठ्यांच्या इतिहासाचे-साम्राज्याचे

शेवटचे प्रकरण कायमचे मिटले. पेशव्यांची ही अखेरची लष्करी तुकडी या लढाईत पूर्णत: पराभूत झाली आणि त्यांचे सेनापती-पुढारी एकतर मारले गेले किंवा पराभवाच्या भीतीने पांगले गेले. बाजीरावाच्या पलायनानंतर पुणे शहर असह्य व दीनवाण्या अवस्थेत एकाएकी पडले. निराशजनक निर्नायिकी लष्करातील सैनिकांनी शहरात धुमाकूळ घातला, लुटालूट केली आणि जुलूमजबरदस्ती करून जनतेवर अनन्वित अत्याचार केले. अखेर दि. १७ नोव्हेंबर १८१७ रोजी पुणे शहराने शरणागती पत्करली आणि त्याच दिवशी ब्रिटिशांचा राष्ट्रीय ध्वज युनियन जॅक पेशव्यांच्या राजप्रासादावर म्हणजे शनिवारवाड्यावर दिमाखाने फडकू लागला. मराठा साम्राज्य संपुष्टात आले. बाजीराव आणि त्याच्या बरोबरच्या लष्करी पलटनींचा मध्य हिंदुस्थानापर्यंत ब्रिटिश सैन्याने पाठलाग करून पराभव केला. अशा प्रकारे सर्व बाजूंनी ब्रिटिश सैन्य वरचढ झाल्याचे पाहून दुसऱ्या बाजीराव पेशव्याने दि. ३ जून १८१८ रोजी सर जॉन मॅल्कम याच्यापुढे सपशेल शरणागती पत्करली. पुढे त्याने ब्रिटिशांच्या सल्ल्यानुसार कानपूरजवळील विठूर या ठिकाणी निवृत्त जीवन व्यतीत करण्याचे मान्य केले. ब्रिटिशांनी त्याच्या उर्वरित जीवनातील चारितार्थासाठी वार्षिक आठ लाख निवृत्तिवेतन देण्याचे ठरविले. अखेर बाजीराव विठूर येथेच दि. २८ जानेवारी १८५१ रोजी निधन पावला आणि पेशवे वंशाचा अंत झाला.

◆◆◆

प्रकरण २

शनिवारवाडा

शनिवारवाडा हा अत्यंत भव्य आणि राजेशाही प्रासाद होता. अशा प्रकारची उत्तुंग आणि भव्य वास्तू आतापर्यंत पुण्यात नव्हतीच! तो अठराव्या शतकात पेशव्यांनी बांधला. शनिवारवाड्याचा भूमिपूजन आणि पायाभरण विधी पहिला बाजीराव याने दि. १० जानेवारी १७३० रोजी विधिवत केला. तो भारतीय हिंदू पंचागानुसार अतिशय शुभ दिवस होता. तत्कालीन पेशवे दप्तरातील नोंदीवरून या प्रसंगी ब्राह्मणांना एक रुपयापासून आठ रुपयांपर्यंत दक्षिणा किंवा दानधर्मात खर्ची पडले होते. पेशव्यांनी या ऐतिहासिक वास्तूसाठी जागा निवडली, त्याविषयी एक मनोरंजक दंतकथा प्रसृत झाली आहे. या भागातून पहिला बाजीराव एकदा घोड्यावरून जात असताना त्याला एक आश्चर्यकारक घटना दिसली. एक ससा शिकारी कुत्र्याच्या मागे पाठलाग करीत होता. त्यामुळे बाजीरावाला असे वाटले की, या जागेत नक्कीच काहीतरी अतिशय शुभदायक असले पाहिजे; कारण आत्यंतिक असा भित्रा प्राणी ससा आपले नैसर्गिक भीत्रेपण (भीरुत्व) सोडून या कुत्र्याच्या मागे धैर्याने धावत आहे. त्याने ती जागा मिळविण्याचा तत्काळ दृढ निश्चय केला आणि स्वत:साठी व कुटुंबियांसाठी प्रासाद बांधला. या सुमारास ही जागा पुण्याच्या कसबा खेड्यात मोडत होती आणि त्या खेड्याला मातीची तटबंदी होती. तिथे त्यावेळी फक्त काही कोळी आणि विणकरांची वस्ती-झोपड्या होत्या. त्यांच्याकडून बाजीरावाने पाच एकर जमीन मिळविली आणि त्या बदल्यात त्यांना मंगळवार पेठेत योग्य ती बदली जागा दिली. पुढे त्याने अतिशय द्रुतगतीने या वास्तूच्या बांधकामास सुरुवात केली. साधारणत: दोन वर्षांच्या कालावधीत त्याने दोन मजली राजवाडा बांधला. त्यात सर्व बाजूंनी हवा खेळेल असे तीन चौसोपे होते. पुढे हीच वास्तू मराठी सत्तेच्या धामधुमीची-चळवळीची

केन्द्रस्थान व स्फूर्तिस्थान ठरली. या राजवाड्याची वास्तुशांत हिंदू धार्मिक विधी आणि परंपरागत रूढीनुसार दि. २२ जानेवारी १७३२ रोजी यथास्थित झाली. त्या दिवशी ब्राह्मणांना (गुरुजींना) पंधरा रुपये आठ आणे दक्षिणा देण्यात आली. या वास्तूवर (शनिवारवाड्यावर) तिच्या बांधकामासाठी त्यावेळी १६,११० रुपये खर्च झाल्याची पेशवे दप्तरी नोंद आहे.

मूळात या शनिवारवाड्याचा सुरुवातीचा आराखडा अगदी साधा योजला होता, पण तो शोभिवंत व सर्व सुखसोयींनी सुसज्ज असावा असे श्रीमंताना (बाजीरावास) वाटले. शिवाय त्यातील दिवाणखाना (प्रमुख सभागृह) फक्त कलाकुसरयुक्त नक्षीने अलंकृत असावा, असे ठरले होते. पुढे तिसरा पेशवा बाळाजी बाजीराव (कार. १७४०-१७६१) याने शनिवारवाड्यात अनेक फेरबदल करून काही नवीन दालने बांधली व वास्तूचा विस्तारही केला. त्याने या राजवाड्याला शाही रूप देऊन त्याची शोभा वाढविली. त्याने त्यात अनेक सुविधा निर्माण केल्या व भव्यता आणली. शिवाय याकरिता सढळ हाताने पैसे खर्च करून या राजप्रासादाचे रूपांतर महाराष्ट्रातील एक अप्रतिम, दृष्ट लागण्यासारख्या कौतुकास्पद वास्तूत केले. पुढे सवाई माधवराव (कार. १७७४-१७९५) या पेशव्यांचे पंतप्रधान नाना फडणीस यांनी शनिवारवाड्यात आणखी काही खोल्या नव्याने बांधल्या आणि काही प्रशस्त सभागृहे, ओवऱ्या, मनोरे, पॅव्हिल्यन्स इत्यादी बांधून शनिवारवाड्याच्या परिसरात कारंजी तयार करून घेतली. त्यामुळे या राजघराण्याच्या निवासस्थानाला राजेशाही स्वरूप प्राप्त झाले. साहजिकच महाराष्ट्राच्या सत्ताधिशांना साजेसे असे ते निवासस्थान झाले.

शनिवारवाडा इ.स. १८२७ मध्ये अग्नीच्या भक्षस्थानी पडला. आता उरली आहे ती फक्त दगडी तटबंदी आणि पाच द्वारशाखा (प्रवेशद्वारे) व नऊ बुरूज होत. त्यामुळे साहजिकच पेशव्यांच्या ऐन भरभराटीच्या सत्ता काळात ही इमारत कशी होती, त्याची आज निश्चितपणे काहीच कल्पना येत नाही; ती कल्पना करणेही अशक्य आहे. अगदी अलीकडेच पुरातत्त्व विभागाने या पाच एकर तटबंदीयुक्त विस्तीर्ण प्रांगणातील शनिवारवाड्याचा पाया आणि अन्य काही भागात उत्खनन केले. त्यावरून या इमारतीच्या मूळ आराखड्याची अंधूक रूपरेखा (कल्पना) येते; मात्र या भव्य आणि प्रशस्त राजेशाही वास्तूचे

स्पष्ट चित्र डोळ्यासमोर उभे राहात नाही, तथापि असे सांगण्यात येते की, १८२७ च्या अग्नीच्या भडक्यातून त्यावेळी आरसे महालाची वास्तू वाचली होती; परंतु ऐतिहासिक वास्तूविषयी त्यावेळी फारसी आस्था नसल्यामुळे तिचे अवशेषही इतस्तत: विखुरले गेले असावेत; मात्र त्यानंतर ब्रिटिश शासनाने अशा ऐतिहासिक व पुरातत्त्वीय महत्त्वाच्या वस्तूंचे संवर्धन-संरक्षण करण्याची खबरदारी घेण्याचे ठरविले आहे. या संदर्भात माननीय सर जार्ज लॉइड यांनी खूप रस दाखविला आणि तेवढ्याच उत्साहाने त्यांनी पुरातत्त्व खाते सक्रिय व कार्यशील केले. त्यामुळेच आपण आज पेशव्यांच्या राजवाड्याचे अवशेष विशेषत: पाया आणि अन्य अवशेष पाहू शकतो. हे अवशेष जवळ जवळ शंभर वर्षे दगडमातीच्या ढीगाऱ्याखाली गाडले गेले होते.

शनिवारवाड्याची मुख्य इमारत सहा मजल्यांची होती आणि असे सांगण्यात येते की, त्यावरील गच्चीवरून आळंदी येथील मंदिराचा कळस (शिखर) सहजपणे दिसत असे. एवढेच नव्हे तर सवाई माधवराव पेशवे हे पर्वती मंदिराचा सुरेख देखावा येथून न्याहाळीत असत, त्या दर्शनाचा आनंद लुटीत असत. शिवाय त्यांच्या मेघडंबरी या राहत्या खोलीच्या गच्चीत बसून पुणे शहरावर दृष्टिक्षेप टाकीत. याशिवाय ब्रिटिश वकील सर चार्ल्स मॅलेट याने बक्षीसादाखल दिलेल्या दुर्बिणीतून आकाशातील ताऱ्यांचे निरीक्षण संध्याकाळच्या वेळी तासोन्तास ते करीत असत. शनिवारवाड्याच्या मुख्य इमारतीची उंची किती असावी, याचा अंदाज सांप्रत अवशिष्ट असलेल्या नगारखान्याच्या उंचीवरून करता येईल. नगारखान्याच्या वरच्या बाजूस (डोक्यावर) पेशव्यांचा भगवा ध्वज रात्रंदिवस डौलाने सतत फडकत असे. शनिवारवाड्याच्या मुख्य प्रवेशद्वाराचे तोंड दिल्लीकडे म्हणजे उत्तराभिमुख होते. त्यामुळे त्यास सर्वजण दिल्ली दरवाजा म्हणत. छत्रपती शाहूंनी पहिल्या बाजीरावास दिल्लीकडे प्रवेशद्वार ठेऊ नये, असे बजावले होते. शाहूंना दिल्लीच्या बादशहाबद्दल नितांत आदर होता. तेव्हा या गोष्टीमुळे बादशहाचा अनादर केल्यासारखे होऊ नये, म्हणून बाजीरावाने धन्याची आज्ञा शिरसावंद्य मानून त्यांच्या इच्छेचा मान राखला आणि हे बांधकाम थांबविले. सद्य:स्थितीत या राजवाड्याची प्राचीन भव्यता दर्शविणारा दिल्ली दरवाजा हे काम पहिल्या बाजीरावाचा मुलगा बाळाजी बाजीराव याचे आहे. त्याने छत्रपती

शाहूमहाराजांच्या निधनानंतर इ.स. १७५१ मध्ये तो बांधून पूर्ण केला. या दरवाजाची वास्तुशैली आणि आकृतिबंध प्राचीन काळातील पांडवांच्या हिंदू इंद्रप्रस्थ (जुनी दिल्ली) या राजधानीच्या प्रवेशद्वाराची नक्कलच आहे. पेशवे हे निष्ठावान हिंदुधर्मीय असल्यामुळेच त्यांनी हा पुराणा किल्ल्यातील (इंद्रप्रस्थ) अभिकल्प (आराखडा) निवडला होता. दिल्लीतील मोगलांच्या भव्य वास्तुशैलीचे- बुलंद दरवाजांचे अनुकरण करण्याऐवजी वर सांगितल्याप्रमाणे शनिवारवाड्याला पाच प्रमुख दरवाजे होते. त्यांची नावे खालील प्रमाणे :-

१. दिल्ली दरवाजा : कारण तो उत्तराभिमुख होता.

२. गणेश दरवाजा : कारण तो प्रसिद्ध गणेश महालाजवळ होता.

३. मस्तानी दरवाजा : पहिल्या बाजीरावाच्या सुंदर प्रेयसीवरून यास हे नाव पडले; परंतु जुन्या बखर वाङ्‌मयात याला नाटकशाळा दरवाजा म्हटले आहे. मस्तानीला बुंदेलखंडचा राजा छत्रसाल याजकडून आणले होते. त्याचे नाना फडणीसांनी मस्तानीचा नातू अली बहादूर या नावावरून अली बहादूर दरवाजा असे नामांतरण केले. अली बहादूरने बुंदेलखंड जिंकून बांदा संस्थानाची स्थापना केली.

४. खिडकी दरवाजा : हा नेहमी बंद असे आणि त्याच्या दिंडी दरवाजा मधून जा-ये होत असे. अलीकडे हा दरवाजा 'कवठी दरवाजा' म्हणून प्रसिद्ध आहे; कारण त्याच्या जवळ कवठाचे झाड वाढले आहे.

५. जांबूल दरवाजा : जांभळाच्या झाडामुळे यास हे नाव पडले आहे. तटबंदीच्या चार भिंतीपैकी दोन भिंतीची लांबी २०० यार्ड आणि उंची वीस फुट आहे. उरलेल्या दोन भिंतीची लांबी १५० यार्ड आणि उंची तेवढीच म्हणजे वीस फुट आहे. या तटबंदीत एकूण नऊ बुरूज असून तळातील त्यांचे बांधकाम दगडात केले आहे व वरचे वीट बांधकाम आहे. या नऊ पैकी चार बुरूज चार कोपऱ्यात असून पाच तटाच्या मध्यभागी विखुरलेले आहेत. त्यांची नावे त्यांच्या रक्षकांच्या संख्येसह पुढे दिली आहेत :-

१. दिल्ली दरवाजाजवळचा बुरूज	:	२० शिपाई रक्षक
२. अली बहादूर दरवाजा बुरूज	:	१० शिपाई रक्षक

३. पहिल्या कोपऱ्यातील बुरूज	:	२० शिपाई रक्षक
४. दिंडी दरवाजा बुरूज	:	१० शिपाई रक्षक
५. खिडकी दरवाजा बुरूज	:	१५ शिपाई रक्षक
६. दुसऱ्या कोपऱ्यातील बुरूज	:	१० शिपाई रक्षक
७. गणेश दरवाजाच्या बाजूचा बुरूज	:	१५ शिपाई रक्षक
८. गणेश दरवाजाच्या उत्तरेकडील बुरूज	:	२५ शिपाई रक्षक
९. जांभूळ दरवाजा जवळचा बुरूज	:	२० शिपाई रक्षक

या शिवाय तटावरील गस्तीसाठी आणखी दहा ठिकाणे होती. तिथेही तटरक्षक नेमलेले असत. त्या सर्वांची एकूण संख्या २७५ होती. शनिवारवाड्यात चार मोठे चौक होते आणि अनेक लहानमोठी सभागृहे वा खोल्या होत्या. त्यांना दिवाणखाने म्हणत. त्यांची नावे तेथील अलंकृत सजावट किंवा उपयुक्तता यांवरून पडली होती. यातील अत्यंत महत्त्वाची व प्रसिद्ध सभागृहे किंवा दिवाणखाने पुढील प्रमाणे होत.

१. गणपती रंग-महाल- दरबार भरविण्याचा दिवाणखाना.

२. नाचाचा दिवाणखाना- नृत्य सभागृह.

३. आरसे महाल.

४. जुना आरसे महाल.

५. दादासाहेबांचा (रघुनाथरावांचा) दिवाणखाना.

६. थोरल्या रायांचा (पहिले बाजीराव) दिवाणखाना.

७. नारायणरावांचा (नारायण पेशवे) महाल.

८. हस्तिदंती महाल.

या शिवाय शनिवारवाड्यात अनेक लहानमोठ्या खोल्या व दालने होती. ती पेशवे घराण्यातील वेगवेगळ्या व्यक्तींच्या नावे ओळखली जात. शिवाय राज्य शासनाच्या विविध खात्यांसाठी स्वतंत्र खोल्या असत. त्या खजिना, दप्तरखाना, जवाहिरखाना, ग्रंथालय (पुस्तकालय), शस्त्रागार, औषधालय,

कोठीघर वगैरे नावांनी प्रसिद्ध होत्या. अशा या प्रशस्त आणि भव्य प्रासादाचे व्यवस्थापन अतिशय पद्धतशीरपणे नियंत्रित केलेले होते. वेगवेगळ्या विभागांवर स्वतंत्र अधिकारी नेमलेले होते आणि ते देखरेख-पर्यवेक्षण तर करीतच, पण त्याबरोबर प्रशासकीय व्यवस्था चोख ठेवीत. शनिवारवाड्याच्या आतील परिसरात आणि बाहेरच्या बाजूला नियमित संरक्षकदल असून रात्रंदिवस गस्तही घातली जात असे. पेशवे दप्तरातील इ.स. १७७९ मधील या संदर्भातील नोंदी पाहिल्या असता त्यावेळी शनिवारवाड्यात पुढील रक्षक, सेवक, सैनिक, घोडेस्वार इ. होते-

शाही रक्षक	:	४८०
पुरंदर रक्षक	:	२२९
कानडी पायदळ	:	२२५
शाही घोड्यांच्या तबेल्याचे सेवक	:	३४
शाही घोडेस्वार	:	८२
केवळ पायदळ	:	२२४
सेवक	:	७६
शिलेदार व बारगीर	:	१६९०

या सर्वांची बेरीज केली असता शनिवारवाड्याच्या देखभालीसाठी व संरक्षणासाठी ३,१४४ आसामी होते. याशिवाय गस्तीसाठी ३०० घोडेस्वार किंवा शस्त्रधारी सैनिक होते. ते रात्रंदिवस शनिवारवाड्याच्या परिसरात पहारा करीत असत. पुढे या शस्त्रधारी सवारांची संख्या ५०० पर्यंत वाढविण्यात आली. शनिवारवाड्यातील पेशवे राजकुटुंबाच्या देखभालीसाठी आणि संरक्षणासाठी हजेरीपटावर एवढा मोठा कर्मचारीवर्ग होता.

शनिवारवाड्यातील दिवाणखान्यांची वास्तुशैली एकाच कलमदानी आकृतिबंधाची होती. मध्यवर्ती सभागृहाचे छत सपाट असून लहान खोल्यांची छते चारीबाजूंनी उतरती होती. मात्र सुशोभिकरणाची संरचना सामान्यत: सारखीच एक प्रकारची आहे. मुख्य सभागृहाचे खांब सुरूच्या झाडाच्या आकाराचे आणि उत्कृष्ट कोरीवकाम केलेले होते. स्तंभशीर्षाजवळ ते नक्षी केलेल्या कमानीने एकमेकांस जोडलेले होते. त्यांवरील सुरेख कारागिरी लक्षणीय होती. बहुतेक सर्व तक्तपोशींवर (छतांवर) विविध प्रकारच्या सुंदर

लाकडी रेखीव वेलबुट्ट्याच्या नक्षीच्या संरचना कोरलेल्या होत्या आणि त्यांवर झाडे, वेली, फुले किंवा रामरायण-महाभारतादी महाकाव्यांतील कथांची दृश्ये चितारलेली होती. हे सर्व चित्रकाम जयपूरचा कसबी कुशल कलाकार भोजराज याची कलाकारी होती. पेशव्यांनी त्याला खास करून ही सगळी सभागृहे (हॉल्स) रंगीत चित्रांनी सजविण्यासाठी नोकरीस ठेवले होते.

शनिवारवाड्यातील मुख्य दिवाणखाना म्हणजे गणपती रंग-महाल होय. तो बाळाजी बाजीराव या तिसऱ्या पेशव्याने गणेशोत्सव समारंभ साजरा करण्यासाठी इ. स. १७५५ मध्ये बांधला आणि त्याचा अभिकल्प (आराखडा) त्यानेच करून घेतला होता. हा गणपती रंग-महाल अनेक राजकीय व सामाजिक बैठकांचा-घटनांचा साक्षीदार होता. येथील इ.स. १७९१ मध्ये भरलेल्या प्रसिद्ध पुणे दरबारचे तत्कालीन चित्र पेशव्यांच्या रंग-महालातील एकूण दरबाराचे प्रतिनिधित्व करते. जेव्हा पेशव्यांची अधिसत्ता अतिउच्च कळसाला पोहोचली होती, त्या सुमारास कॅप्टन मुर याने पुण्याला भेट दिली होती. तो या गणपती रंग-महालाचे वैभव सांगताना म्हणतो, "पुण्याच्या राजवाड्यात (शनिवारवाड्यात) त्यांची (पेशव्यांची) खोली (सभागृह) उत्कृष्ट आहे. तिला गणेश महाल म्हणतात. विशेषत: गणेशोत्सवाच्या वेळी त्याला आदर (वंदन) दाखविण्यासाठी अनेक अभ्यागत येतात. त्यांचे पेशवे स्वागत करतात. मी तिथे एकाचवेळी शंभरहून अधिक नृत्य करणाऱ्या युवती पाहिल्या. या खोलीच्या (सभागृहाच्या) एका टोकाला सोन्याचा मुलामा (सोनेरी रंगाने रंगविलेली) दिलेली एका कोनाड्यात मूर्ती आहे. मला वाटते ती देवता संगमरवरात घडवलेली असावी. या देवतेभोवती आणि अन्य पौराणिक देवतांभोवती आरास केलेली असावी. अगदी दुसऱ्या टोकाला एक पाण्याची अरुंद नळी असून त्यातून कारंजे उडत आहेत. ती सुवासिक फुलांची उघडी बाग असावी. तिच्यात कारंजांची गुणगुण (झुळझुळ) चाललेली दिसली. एकूण वातावरण फार रम्य होते. या सभागृहातील पुणे दरबाराचा विहंगम देखावा (अभिकल्प) मीस्टर डॅनिअल यांनी काढलेल्या सुरेख चित्रांत उत्तमरीत्या वठला आहे. यात एकत्र जमलेला जमाव, त्यांची भिन्न व्यक्तिमत्त्वे आणि हरतऱ्हेचे पोषाख हे पौर्वात्य संस्कृतीचे विशेष अगदीच अतुलनीय आहेत. हे चित्र श्रीमंत पेशव्यांच्या पुणे दरबारात इंग्रजांचा वकील (राजदूत) असलेल्या

सर चार्ल्स मॅलेटसाठी मिस्टर डॅनिअल याने दिवंगत चित्रकार श्री. वेल्स यांच्या रेखाटनांवरून रंगविले व पूर्ण केले. चित्रकाराने मुद्दाम जेव्हा सर चार्ल्स मॅलेट हा आपल्या सहकाऱ्यांसोबत वकील म्हणून पेशव्यांच्या दरबारात जेव्हा हजर होता, तीच नेमकी वेळ टिपली आहे. यावेळी ग्रेट ब्रिटन आणि श्रीमंत पेशवे यांनी मंजूर केलेल्या मैत्रीच्या तहावर उभयतांनी स्वाक्षऱ्या केल्या आणि नंतरच टिपूविरुद्ध युद्धाची तयारी केली, पुढे या त्रिपक्षीय सत्तांनी इ.स. १७९० मध्ये टिपूविरुद्ध संयुक्त मोहीम काढली.''

रॉबर्ट मेबॉन या युरोपियन कलाकाराने पुणे दरबारची रेखाचित्रे काढण्यासाठी मिस्टर वेल्स याला मदत केली होती आणि त्याच्या संगतीत या काळात (इ.स.१७९०-९५) गणपती महालात हजेरी लावली. त्यांनी त्या वेळच्या पुणे दरबारचे वस्तुस्थितीदर्शक (चक्षुर्वैसत्यम्) वर्णन केले आहे. ते असे-

''माझा पुण्यात मुक्काम असताना'', तो लिहितो, ''मला पुणे दरबारात हजर राहण्याची सुखद संधी लाभली. काही वेळ प्रतीक्षा केल्यानंतर श्रीमंत पेशवे बरीच ब्राह्मण मंडळी, सेवक यांच्यासह दरबारात आले. मी त्यांना मुजरा (सलाम) केला. तो त्यांनी उमदेपणाने स्वीकारून मला परत नमस्कार केला आणि मस्नदी (बैठकी) कडे गेले. त्यावर ते पायावर पाय ठेवून मांडी घालून बसले, त्यांच्या मागे तलवारधारी सेवक उभे होते. त्या सेवकांपैकी एक मोठी चौरी धारण केलेला चौरीधारी सेवक होता. तो श्रीमंताच्या अंगावरील माशा बाजूला करीत होता. पेशव्यांच्या समोर एक मोठा चांदीचा राजदंड हातात धरून चोपदार उभा होता. तो पेशवे ज्या आज्ञा देत त्या घेण्यास तत्पर होता. मी पेशव्यांपासून थोडा दूर पायावर पाय ठेऊन मांडी घालून बसलो; कारण पाय पसरून बसणे हे उद्धटपणाचे लक्षण मानले जाई किंवा श्रीमंतांकडे तळ पाय दाखवून बसणे हाही एक उपमर्दपणाचा भाग होता. श्रीमंत पेशवे गोरेपान व सुस्वरूप होते. ते सुमारे वीसएक वर्षांचे असावेत असे त्यांच्या एकूण चेहरेपट्टीवरून वाटत होते. त्यांनी सुरेख मलमलीचा लांब पायजमा घातला होता. त्यांच्या गळ्यात टपोऱ्या मोत्यांची माळ होती. ती जवळ जवळ कमरेपर्यंत खाली लोंबकळत होती. त्यांनी खांद्यावर छानदार तांबडी भरतकाम केलेल्या काठांची शाल अस्ताव्यस्त टाकली होती. त्यांच्या गळ्यातील

हिऱ्यांच्या झुपक्यांचा कंठा चमकत होता. त्यांमधील एक इंच रुंदीचा मधला हिरा अधिक तेजस्वी व पाणीदार दिसत होता. त्यांनी पगडी घातली होती. त्या पगडीच्या वरच्या बाजूस तीन इंच उंचीची सोनेरी वर्तुळाकर उभीपट्टी (कमानसदृश्य) असून त्यात पाचू व मूल्यवान खडे बसविलेले होते. पगडीतून उजव्या खांद्यावर मोत्यांच्या अनेक माळा लोंबत होत्या. त्यांचा तांबडा गोंडा खाली लोळत होता. इथे बसलेल्या सरदार-मानकऱ्यांत पेशव्यांच्या डाव्या बाजूस बसलेल्या नाना फडणीसांशी, ते त्यावेळी पंतप्रधान होते, माझी ओळख करून देण्यात आली. पेशवे सज्ञान होईपर्यंत नाना फडणीसच मराठा सत्तेचे प्रतिनिधी म्हणून राज्यकारभार पाहात होते. या तैलबुद्धीच्या चतुर मुत्सद्याकडे सांप्रतच्या मराठा साम्राज्याच्या भरभराटीचे श्रेय जाते. नाना फडणीसांचा पोषाख दस्तुरखुद्द पेशव्यांप्रमाणेच होता, परंतु तो तेवढा भरजरी व सुंदर नव्हता.''

''पेशव्यांचे सिंहासन (मस्नद) जमिनीपासून चार इंच उंच भरतकाम केलेल्या हिरव्या मखमलीने आच्छादिलेल्या गादीवर होते. त्यावर हिरव्या मखमलीचा आभ्रा घातलेला लोड व तशाच दोन उशा होत्या. ते या वृतांताला जोडलेल्या रेखाचित्राप्रमाणे होते. पेशव्यांच्या थोडे पुढे या गादीवर मुलामा दिलेली कट्यार हे शस्त्र होते. त्यावर मिनाकारी केली होती. त्याच्या पुढे एक भांडे आणि थाळी होती. ती मुलामा दिलेल्या तांब्याची होती. त्याजवळ गुलाबपाणी शिंपडण्याची गुलाबदाणी होती. ती किंमती हिऱ्यांनी मढविलेली होती. त्या गुलाबदाणीजवळच उत्कृष्ट कलाकुसर केलेला आणि सर्वत्र हिरे बसविलेला पानाचा डबा होता. थोड्या अंतरावरून तो जणू हिऱ्यांचाच बनविल्यासारखा दिसत होता. त्याच्याही पलीकडे पीकदाणी आणि एक टावेल ठेवला होता आणि अगदी शेवटी पेशव्यांची तलवार आणि ढाल होती. तलवारीची मूठ हिरवा मुलामा दिलेली पूर्ण हिरेजडित अशी असून त्याचे म्यान शेंदरी तांबूस रंगाच्या कापडाने झाकले होते. एकूण तलवार अन्य मराठ्याप्रमाणेच होती, फक्त त्यावर पाच सोन्याच्या चमक्या होत्या. मात्र सामान्य सैनिकाच्या तलवारीवर या चमक्या साध्या पितळेच्या असत. पेशवे ज्या सभागृहात बसत असत त्यात उल्लेखनीय अशी काही विशेष वैशिष्ट्ये नव्हती. एका बाजूला लाकडी खांबांची रांग होती. त्यांमध्ये किनखाबीचे पडदे सोडले होते. क्वचित काही ठिकाणी सोनेरी मुलामा दिलेले रेशमी पडदे होते. ते

अशा पद्धतीचे बनविले होते की, प्रसंगानुसार ते कधी गुंडाळलेले असत वा खाली सोडीत. या खांबाच्या विरुद्ध बाजूस (समोर) पौर्वात्य वास्तुशैलीत तयार केलेल्या अरुंद पण उंच (लांब) खिडक्या होत्या. दरबार हॉल (सभागृह) ही आशियाई वास्तुशैलीत बांधलेली प्रशस्त इमारत होती.''

''मस्नदीवर (सिंहासनावर) विराजमान झालेल्या पेशव्यांचे निरीक्षण केल्यानंतर त्यांचे वैभव पाहून माझे डोळे दीपून गेले. परंतु त्यांचा नेभळट पोषाख आणि बालीश (अपौरुषत्व दर्शविणारा) अविर्भाव पाहून मला वाटले की, गरजेपोटी या लोकांनी रूढी प्रीत्यर्थ याला राजपद दिले असावे, पण सकृत्‌दर्शनी राजपुत्रास योग्य असा मोठेपणा वा इतमाम त्यात दिसत नाही. जो कोणाही युरोपियन व्यक्तीला सिंहासनाधिष्ठित व्यक्ती (राजपुत्र) कडून अपेक्षित असतो. पेशव्यांच्या सान्निध्यात काही वेळ थांबल्यानंतर मला सुपारी (निघण्याची सूचना) देण्यात आली. त्यांच्या चालीरीतीप्रमाणे निघून जाण्याचा तो सांकेतिक संदेश होता, अर्थात मी तो स्वीकारला आणि तिथून काढता पाय घेतला.''

गणपती रंग-महाल एकूण मराठ्यांचा दिवाण-इ-आमच म्हणावा लागेल; कारण या महालाने दैवाचे अनेक चढउतार अनुभवले होते. तद्‌वतच तो अनेक महत्त्वाच्या घटनांचा-परिणामांचा साक्षीदार होता. या महालात गणेशोत्सव दरवर्षी मोठ्या धुमधडाक्याने भाद्रपदातील गणेशचतुर्थीपासून अनंत चतुर्दशीदरम्यान (पर्यंत) दहा दिवस साजरा होत असे. इथेच दरवर्षी दसरा दरबार मोठ्या दिमाखाने संपन्न होत असे आणि त्या दिवशी सर्व सरदार व लष्करी अधिकारी पेशव्यांना आदरांजली वाहण्यासाठी एकत्र जमत असत. बाळाजी बाजीराव पेशव्याने याच महालात उत्तर हिंदुस्थान व दक्षिण हिंदुस्थान यांमध्ये जिंकलेल्या मोहिमांचा विजयोत्सव साजरा केला होता. त्याचे चिरंजीव थोरले माधवराव यांनी पानिपतच्या युद्धातील मराठ्यांची गेलेली पत आपल्या कुशल व समंजस नेतृत्त्वाने याच महालात बसून परत मिळविली, त्यांचा भाऊ आणि पेशवेपदाचा वारसदार नारायणराव याचा याच मुख्य वास्तूच्या कोपऱ्यात निर्घृण खून झाला. त्याच्या मरणोत्तर जन्माला आलेला मुलगा सवाई माधवराव याने या वास्तूत अविस्मरणीय अशी वीस वर्षे व्यतीत केली; मात्र प्रशासकीय व्यवस्था धुरंधर व ख्यातकीर्त प्रधानमंत्री नाना फडणीस यांच्या मार्गदर्शनाखाली कार्यरत

होती. नाना फडणीस यांनीच राज्याचा सर्व कार्यभार निभावला. गणेश रंगमहालात पेशव्यांचा छानदार दरबार अनेक वेळा भरला. त्यांत केवळ मराठा साम्राज्यातील सरदार-शिलेदार व प्रमुखांनी हजेरी लावली असे नव्हे तर युरोपियन राष्ट्रांचे अनेक प्रतिनिधी आणि राजदूतही येथे येऊन गेले होते. शिवाय हिंदुस्थानातील अनेक संस्थानिकांनी-राजे लोकांनी या दरबाराला भेट दिली होती. सवाई माधवरावांचा लग्नसोहळा या गणेश रंग-महालातच इ.स. १७८२ मध्ये अत्यंत दिमाखात व थाटामाटात संपन्न झाला. या लग्न समारंभास अनेक मान्यवर पाहुणे उपस्थित होते. त्यांत सातारचे छत्रपती, हैदराबादचे निझाम, नागपूरचे राजे आणि हिंदुस्थानातील विविध भागांतील संस्थानांचे अधिपती, सरदार आणि मानकरी उपस्थित होते. या रंग-महालात संपन्न झालेला अखेरचा मोठा देदीप्यमान व विलक्षण प्रसंग (समारंभ) म्हणजे सवाई माधवराव पेशवे यांनी इ.स. १७९५ च्या खर्ड्याच्या लढाईत निझामाचा पराभव केला आणि त्यानंतर समारंभाने दिमाखात पुणे शहरात प्रवेश केला. हा प्रवेश मराठ्यांच्या सत्तेचा भव्यदिव्य प्रदर्शनाचा भाग होता. लोकांनी रांगोळ्या घालून पताका लावून या तरुण मराठा सत्ताधिशाचे स्वानंद स्वागत केले होते; पण त्याचवर्षी काही महिन्यांनी या तरुण पेशव्याचे अपघाती निधन झाले. गणपती महालाच्या पहिल्या मजल्यावरून खालच्या कारंज्यावर ते पडले आणि मराठा साम्राज्याच्या सत्तेची शान गेली. परदेशस्थ सत्तांचे वकील, राजदूत प्रतिनिधी इत्यादींचे रंग-महालात पेशव्यांनी आगत-स्वागत केले आणि राजकीय व्यवहारांचे त्यांच्याबरोबर आदान-प्रदान, देवाण-घेवाण, तह आदी गोष्टी इथेच दरबार हॉलमध्ये झाल्या. ह्या मनोरंजक घटनांची ऐतिहासिक नोंद जुन्या पेशवे दप्तरात आढळते. मुंबई कौन्सिलचे टॉमस बायफेल्ड आणि जॉन स्पेन्सर हे दोन सभासद पुण्याला आले असता त्यांचे बाळाजी बाजीराव पेशवे यांनी इ.स. १७५६ मध्ये स्वागत करून त्यांना सन्मानदर्शक १२२४ रुपयांचा पोषाख (वस्त्रे) दिला होता. याच महालात मिस्टर मॉस्टिन, कर्नल अपटॉन आणि इतर अनेक इंग्रज सद्गृहस्थांचे पेशव्यांनी आगत-स्वागत करून त्यांचा मानसन्मान केला होता. एवढेच नव्हे तर त्यांना अलंकार व भरजरी वस्त्रे (पोषाख) सन्मानार्थ दिलेली होती. या प्रसंगी मिस्टर मॉस्टिन हे पेशव्यांकडील गुलाब पाण्याच्या सुवासाने प्रफुल्लित व उल्हासित झाले होते, असे सांगण्यात येते. त्यांनी श्रीमंताकडे

नियमित वापरण्यासाठी गुलाबपाण्याच्या (अत्तराच्या) एकदोन कुप्या मिळाव्यात अशी इच्छा प्रदर्शित केली. दुसऱ्या दिवशी मॉस्टिनला चकित करणारी घटना घडली. श्रीमंत पेशव्यांनी तत्काळ मिस्टर मॉस्टिन यांना त्यांचा पुण्यात मुक्काम असेतोपर्यंत दररोज अर्धा पौंड उत्तम गुलाबपाणी देण्याच्या आज्ञा दिल्या. फ्रेंच प्रतिनिधी एम.बुसी आणि सेंट ल्युबिन यांनी पुण्याला भेट दिली, तेव्हा त्यांचाही औपचारिक मानसन्मान या दरबार हॉलमध्ये करण्यात आला आणि त्यांना पेशव्यांकडून किंमती भेटवस्तू देण्यात आल्या. पुण्यात ब्रिटिशांची वकिलात (रेसिडेन्सी) स्थापन झाल्यापासून म्हणजे इ.स. १७८६ पासून सर चार्ल्स मॅलेट आणि त्याचे सहाध्यायी अधिकारी हे पुणे दरबाराला वारंवार भेट देणारे अभ्यागत होते. त्यांनी मराठ्यांशी मैत्रीपूर्ण संबंध प्रस्थापित केले होते आणि अखेरपर्यंत स्नेह ठेवला.

गणेश रंग-महाल आणि अशाच प्रकारच्या अन्य सभागृहांभोवती अनेक सुंदर कारंजांच्या रांगा होत्या; मात्र सणासुदीस वा विशेष समारंभ प्रसंगी त्यांतून पाणी सोडण्यात येत असे. आपणास हे ठाऊक असेलच की, प्राचीन काळापासून हिंदुस्थानात राजवाड्यांच्या परिसरात बागबगीचे, उद्याने बनवून त्यांतून कारंजे उडविण्याची प्रथा होती. त्यांचा हेतू हा परिसर आनंदी, कलात्मक आणि सुंदर दिसावा हा होता. दिल्ली, आग्रा आणि लाहोर येथील मोगल सम्राटांचे राजप्रासाद तेथील भपकेबाज भव्य उद्याने आणि शोभादायक कलात्मक कारंजांसाठी विशेष प्रसिद्ध होते. मोगल आणि हिंदू सत्ताधीश इतर पौर्वात्य देशांप्रमाणे कलाभिज्ञ होते (कलेचे चाहते होते) आणि त्यांची सौंदर्यदृष्टी व अभिरूची स्वत: पुरती मर्यादित नव्हती, तर तिला धार्मिक व पूर्वापार चालत आलेल्या रीतिरिवाजांचा भक्कम आधार होता, बैठक होती. त्यामुळे त्याची ते प्रेमाने काळजी घेत. पेशव्यांनी या बाबतीत मोगल सम्राटांचे अनुकरण करून आपले राजवाडे सुरेख बागा आणि कारंजांनी (जलस्रोत) सुशोभित केले. याशिवाय राजवाडे त्यांनी सज्जे, वऱ्हांडे, पॅव्हिलियन इत्यादी उपवास्तूंनी अलंकृत केले. काही कारंजांच्या अवशिष्ट अवशेषांवरून-मूळ खूणांवरून या मताला पुष्टी मिळते आणि उत्तर हिंदुस्थानातील मोगलांच्या राजवाड्यांचे अनुकरण पेशव्यांनी केले असावे, यात संदेह राहात नाही. याशिवाय शोभादायक नक्षीदार कामासाठी-सौंदर्य अभिवृद्धीसाठी अनेक

कारंजे आणि उद्याने तयार करण्यात आली होती; मात्र शनिवारवाड्यातील कारंजांची निर्मिती काहीशी वेगळी कलात्मक, कल्पक आणि वैशिष्ट्यपूर्ण होती. तिचा उद्देश सवाई माधवराव पेशव्यांना दृष्टिसुख आणि आनंद मिळावा हा होता. त्यावेळी 'हजारी कारंजा' नावाचा एक सुप्रसिद्ध नावजलेला कारंजा शनिवारवाड्याच्या उद्यानात होता. तो शनिवारवाड्याच्या पश्चिमेस असून तत्कालीन पेशवे दरबारातील सर्व मान्यवरांच्या कुतूहलाचा आणि आश्चर्याचा विषय होता. त्याचा आकार कमळासारखा असून त्याला सोळा कमलदले (पाकळ्या) होती. प्रत्येक कमलदलातून पुन्हा सोळा फवारे उडत आणि त्यांचा परिघ ऐंशी फूट होता. मध्यभागी एक, चार कोपऱ्यांत चार, प्रत्येक पाकळीच्या जागी सहा व कोटासमोर एक आणि दोन दलांच्या जोडावर पाच अशा सर्व मिळून १९६ तोट्यांमधून एकाच वेळी कमीअधिक दाबाने कारंजी उडत असत. चार पाकळ्यांचे कमळ बसवून त्याला चार ते सहा छिद्रे असल्याने सर्व धारांची गणती हजारात होत असणे शक्य आहे. अशा प्रकारचा १९६ फवाऱ्यांची तोटी असलेला एकही कारंजा हिंदुस्थानात त्यावेळी कुठेही नव्हता. एवढेच नव्हे तर रोममधील (इटाली) ख्यातकीर्त प्रख्यात 'फॉन्तेना दी त्रेव्ही' नावाचे कारंजे सोडल्यास सबंध युरोप खंडामध्येही असे कारंजे आढळत नाहीत. या भव्य कारंज्यामधून पाणी अनेक बाजूंना अशा प्रकारे खेळविले होते की, त्यावर जेव्हा दिवसा सूर्याची किरणे पडत, त्यावेळी सहस्रावधी इंद्रधुनष्याचे आल्हाददायक दृश्य किरणे (आकार) दृग्गोचर होत. व्हर्सायच्या (फ्रान्स) राजवाड्यातील डायनाच्या कारंज्याप्रमाणे हा कारंजा पुणे दरबार आणि तरुण पेशवा सवाई माधवराव यांचे संकेत स्थान झाले होते; कारण सवाई माधवराव पेशवे या कारंजाच्या दृश्याचे अत्युत्साही प्रेमळ प्रेक्षक होते. गणपती महालाच्या पश्चिमेला आणखी एक खोल विहीर होती. तिची बांधणी मोगल वास्तुशैली अनुरूप केली होती. तिचा उपयोग चमकणाऱ्या छोट्या धबधब्यासाठी केला होता. त्या विहिरीवरील पाषाण पाट अशा कल्पक प्रकारे घडविले होते की, पाणी त्या उतारावरून झटकन फेकले जावे आणि रूपांतर अविश्वासनीय अशा खळखळणाऱ्या लाटांत आणि शिंतोड्यात होत असे. त्यांना 'चादर' म्हणत कारण ते पाणी शुभ्र शाली प्रमाणे भासत असे किंवा त्या पाण्याच्या शुभ्र शालीच होत्या. या पारदर्शक धबधब्यांच्या मागील बाजूस कोनाड्यांतून अत्यंत

कल्पकतेने रंगीत दिवे लावण्याची योजना केली होती. त्यामुळे रात्रीच्या वेळी एक आल्हाददायक तेजस्वी प्रकाशाचा झोत दिसत असे. तरुण पेशव्याला अशा मोहक दृश्यांचे जणू वेडच (छंदच) होते आणि तो शाही पाहुण्यांना हे विहंगम दृश्य पाहण्यासाठी आणि त्याचा आनंद लुटण्यासाठी हमखास निमंत्रित करीत असे. तत्कालीन कागदपत्रांतून पटवर्धन घराण्यातील एका सरदाराला हे सुरेख 'चादर' पाणी दृश्य पाहण्यासाठी इ.स. १७८० मध्ये पाचारण केल्याची नोंद आहे.

शनिवारवाड्यातील शासकीय खोल्या किंवा सभागृहे ही प्रशस्त आणि सुव्यवस्थित व नीटनेटकी होती. त्यात उत्तमपैकी किंमती फर्निचरच्या वस्तू होत्या आणि स्तंभांमधून नक्षीदार वेलबुट्टीचे पडदे सोडलेले होते. यांतील जडजवाहीरखाना आणि पुस्तकालय यांत अनुक्रमे निवडक दागिने आणि ग्रंथ होते. चित्रशाळेत (चित्रवीथी) मौलिक अशा मोगल व पर्शियन चित्रशैलींच्या कलाकृती मांडलेल्या होत्या. याशिवाय फ्रेंच, इंग्लिश, पोर्तुगीज इत्यादी परदेशस्थ व्यक्तींकडून भेटी दाखल आलेल्या युरोपियन कलाकारांच्या कलाकृतींच्या सुरेख नमुनाकृती चित्रशाळेत होत्या. राजवाड्यातील शस्त्रागारात काही दुर्मिळ, जुनी शस्त्रास्त्रे होती. या सर्वोत्तम वस्तूंचा संग्रह एका खास वस्तुसंग्रहालयात ठेवला होता. त्याचा कागदोपत्री उल्लेख जिन्नसखाना असा आढळतो. त्या मुख्यत्वे परदेशी कलावस्तू विशेषत: घड्याळे, भिंतीवरील मोठे घड्याळ, पृथ्वीचा गोल, झुंबरे, बाजाच्या पेट्या, खेळणी अशा काही यांत्रिक व विविध प्रकारच्या वस्तू होत्या. एकूण शनिवारवाड्यातील सर्व सभागृहे आशियाई पद्धतीनुसार चोखंदळपणे आणि कौशल्यपूर्णरीत्या भित्तिचित्रांनी सजविलेली सुशोभित केलेली होती आणि ज्या काही लोकांनी–अभ्यागतांनी या वस्तू योगायोगाने पाहिल्या असतील, त्यांना त्या निश्चितच आनंददायी वाटल्या असतीलच!

शनिवारवाड्याच्या सजावटीचा हा संक्षिप्त वृतांत नजरेखालून घातल्यानंतर या ऐतिहासिक वास्तूचा तसेच तत्कालीन राजेशाही दिमाख व शाही जीवन या विषयीची किंचतशी का होईना कल्पना येईल. हा पेशवाईच्या उत्कर्षाचा आणि मराठ्यांच्या सत्तेचा परमोत्कर्ष काळ होता. शनिवारवाड्याविषयी मराठी

बखरींतून- कागदपत्रांतून त्याचे वर्णन लिहिलेले वा जतन केलेले आढळत नाही; परंतु सुदैवाने काही युरोपियन सद्गृहस्थांनी राजकीय प्रतिनिधी मंडळातून किंवा उत्सुकतेपोटी पुणे दरबाराला भेट दिली होती. त्यांचे वृतांत आपल्या डोळ्यांसमोर या जुन्या राजवाड्यातील दृश्ये सुस्पष्टरीत्या आणि हुबेहूब उभी करतात. त्यामुळे अशी आशा आहे की, खाली दिलेल्या काही उताऱ्यांतून आपणास याबद्दल खूप काही मनोरंजक माहिती आढळेल.

या युरोपियन अभ्यागतांपैकी मेजर प्राईस हे पहिले सद्गृहस्थ असून त्यांनी पुण्याला इ.स. १७९१ मध्ये भेट दिली होती. कॅप्टन लिटल यांच्या पलटणीत त्यांच्याकडे इंग्लिश स्फोटक तोफखान्याच्या (स्फोटक गोळा फेकीच्या) कंपनीचे नेतृत्व होते. परशुरामभाऊ पटवर्धन या ब्राह्मण सेनापतींच्या नेतृत्वाखालील मराठा लष्करात मेजर प्राईस आपल्या कंपनीसह सहभागी झाले होते. भाऊंबरोबर ते इ.स. १७९१ च्या धारवाड येथील लढाईत हजर होते आणि त्यात ते जबर जखमी झाले होते. टिपू सुलतानने शरणागती पत्करून धारवाड सोडल्यानंतर ते पुण्याला गेले. पुढे ते पुण्याच्या पेशवे दरबारातील पहिले ब्रिटिश रेसिडेंट सर चार्ल्स मॅलेट यांच्या रेसिडेन्सीमध्ये त्यांच्या हाताखाली संरक्षण दलात श्रीरंगमपटणच्या शांतता तहापर्यंत कार्यरत होते. त्यांनी शनिवारवाड्यातील पेशव्यांच्या दरबाराला सर चार्ल्स मॅलेट यांच्याबरोबर अनेक प्रसंगी भेटी दिल्या. त्या भेटींतील दि. ७ एप्रिल १७९१ रोजी दिलेल्या भेटीचा वृत्तांत त्यांनी खालील शब्दांत वर्णन केला आहे-

‘रेसिडेंटसाहेबांनी काही युरोपियन व काही एतद्देशीय तैनातीची नोकरमंडळी बरोबर घेऊन मुठा नदी पार केली आणि पुणे शहराच्या भर वस्तीतून मार्गक्रमण करीत शनिवारवाड्याच्या पूर्वेकडील प्रवेशद्वार (दरवाजा)गाठले. त्यांच्यासोबत पेशव्यांनी ८० शिपायांचे संरक्षण दल दिले होते. त्यांच्या मागून ही सर्व मंडळी जात होती. आम्ही गणेश दरवाजा ओलांडून एका सर्वसाधारण अपूर्ण बांधकामाच्या स्तंभावलीच्या बाजूने डावीकडे गेलो. तो रस्ता जिथे संपला, तिथे एक उजव्या बाजूला तीक्ष्ण वळण होते. त्या रस्त्याने पुढे गेल्यानंतर आम्हाला थेट दिवाणखान्यातच नेण्यात आले. हा दिवाणखाना पूर्णत: साधा होता; परंतु भव्य आणि प्रशस्त होता. त्यात नेहमीची लाकडावरील नक्षी सोडल्यास अन्य

अलंकरण नव्हते. मला आठवते दिवाणखान्याची उत्तरेकडील बाजू ही पूर्णत: उघडी होती. या सभागृहाच्या छताला लाकडी खांबांचा आधार होता आणि जमिनीवर या कोपऱ्यातून दुसऱ्या कोपऱ्यापर्यंत किंबहुना सर्व दिवणखानाभर पांढरे स्वच्छ कॅलिको कापड (सतरंजी) अंथरलेले होते. तरुण राजबिंड राजपुत्र (पेशवा) आपल्या गादीवर (सिंहासनावर) बसला होता. त्याचा अनुभवी आणि हुशार मंत्री नाना फडणीस त्याच्या उजव्या बाजूस आणि अन्य शिलेदार-सरदार व लष्करी सेनापती-प्रमुख अर्धवर्तुळाकारात समोर व एका बाजूला बसले होते.

''आधी ठरलेल्या योजनेनुसार आम्ही सर्वांनी कापडी बुट (सॅटिन शूज) व रेशमी पायमोजे घातले होते. अनेक चोपदारांच्या आरोळयांमुळे आम्ही अर्थातच कोणतीही आडकाठी न येता राजपुत्राच्या आसनाजवळ जाऊन उभे राहिलो. तेव्हा त्यांनी उभे राहून आमचे स्वागत केले. आमच्यातील झाडून प्रत्येकाला तेथील मंत्र्याने जागा दाखविली. आम्ही सर्वजण जसे बसता येईल तसे मांडी घालून शक्यतो पादत्राणांचे तळवे दिसणार नाहीत अशा पद्धतीने बसलो; कारण पायाचा तळवा दाखविणे हे असभ्यतेचे लक्षण मानले जात होते.

''रेसिडेंट सर चार्ल्स मॅलेट याने पेशव्यांशी एका मंत्रिमहोदयाच्या द्वारे (दुभाषा) काही संभाषण केले. त्यावरून पेशवे सहृद आणि मोकळ्या मनाचे दिसले. पेशव्यांनी अंगावर घातलेले जडजवाहीर मी कदापि विसरणार नाही. त्यातल्या त्यात त्यांच्या गळ्यातील पाचू आणि हिऱ्यांनी मंडित हार छातीवरून नाभीपर्यंत खाली आला होता. एक सोडून एक पाचू आणि हिरे ओवलेले असून त्याचा आकार जायफळा एवढा मोठा होता. त्याचे मूल्यमापन करता येणार नाही.''

दुसरा पुण्याला भेट दिलेला ख्यातनाम पाहुणा (अभ्यागत) म्हणजे लॉर्ड व्हॅलेन्शिया होय. त्याने इ.स. १८०३ मध्ये ही भेट दिली. त्याने आपल्या प्रवास-वृत्तांतात या भेटीविषयीचा मनोरंजक तपशील नोंदविला आहे. शनिवारवाड्याविषयी तो लिहितो-

''शनिवारवाड्याच्या प्रांगणात आम्ही प्रवेश करीत असताना श्रीमंत पेशव्यांचे घोडदळ आणि पायदळातील रक्षक तुकडी बाहेर पडत होती. त्याच्यामागे पेशव्यांची सवारी आणि हत्ती होते. ते सुरेखच होते. आम्ही जसे

नगारखान्याच्या खाली आलो, तशा नौबती वाजू लागल्या. वाड्याच्या तटबंदीच्या आत सर्व नोकर आपापल्या जागी उभे होते. तिथे बऱ्यापैकी गर्दी होती. राजवाड्याच्या खिडक्यांतून हे दृश्य पाहण्यासाठी उच्चभ्रू स्त्रिया डोकावत होत्या. आम्ही आमच्या पालख्या जिन्याच्या पायथ्याशी सोडल्या. त्यावेळी फक्त चोपदार आणि औसुबदार यांनी आमची दखल घेतली. एका छोट्या पडवीतून दरबार हॉलकडे रस्ता होता. मी दिवाणबहादूर सदाशिव मंकेकर जवळ येईपर्यंत दाराशीच काही क्षण थांबलो. त्यानंतर मी पादत्राणे काढली आणि दरबार हॉलमधील पांढऱ्या शुभ्र सतरंजीवर पाय ठेवले. या सतरंजीने सर्व सभागृहाची जमीन आच्छादिलेली होती. मी दिवाणांना आलिंगन दिले, त्यावेळी कर्नल क्लोजने माझ्या डाव्या बाहूला आधार दिला. मी माझ्या बरोबरच्या अधिकाऱ्यांचा दिवाणांशी परिचय करून दिला. याच सुमारास पेशव्यांनी दरबार हॉलमध्ये प्रवेश केला आणि ते सिंहासनावर (गादीवर) स्थानापन्न झाले.''

''शनिवारवाडा ही एक सुसह्य आणि अतिशय स्वच्छ व छान वास्तू आहे. दरबाराचे सभागृह प्रशस्त असून नक्षीदार कोरलेल्या लाकडी खांबांनी त्याच्या छताला आधार दिलेला आहे. पेशव्यांचे सिंहासन (गादी) पांढऱ्या शुभ्र कशिदा केलेल्या मखमलीने झाकलेले आणि रेशमी रंगाचे होते. त्यांच्या भोवती अनेक सेवक उभे होते; मात्र फार थोड्यांच्या हातात चांदीचा दंड होता. होळकरांनी शनिवारवाड्याचे फारसे नुकसान केले नाही; परंतु मूल्यवान जडजवाहीर लुटले आणि नेले. त्यांतून लहान शस्त्रास्त्रे आणि हत्तींचे काही रूपेरी हौदेही सुटले नाहीत.''

सर जेम्स मॅकिंटोश हा मुंबईच्या ब्रिटिश वसाहतिक कार्यालयातील एक शासकीय अधिकारी होता. त्याने इ.स. १८०५ मध्ये पेशव्यांची भेट घेतली. तो आपल्या इतिवृतात या राजवाड्यासंबंधी (शनिवारवाड्यासंबंधी) पुढीलप्रमाणे लिहितो,

''आम्ही शहरातून अर्धा एक मैल किंवा थोडे कमी अंतर गेलो असेन, तेव्हा मुख्य रस्त्यावर सर्वत्र भगवे झेंडे लावलेले दिसले. पुण्याची गणना हिंदुस्थानातील एक सुव्यस्थित वसलेल्या एतद्देशीय शहरांत केली जाते. भारा

म्हणजे वाडा हा शब्द किंवा संज्ञा पेशव्यांच्या निवासस्थानास दिली जाते. ही संज्ञा राजवाड्याची वास्तू असा अर्थ दर्शवत नाही किंवा तिचा तसा अर्थ नसावा; कारण पुण्यातील बहुतेक सर्व मराठा सरदारांच्या घरांना भारा म्हणतात. कदाचित त्याच्या आकारमानानुसार त्याला हे नाव मिळाले असावे. या वास्तूचा पुढील भाग (दर्शनी भाग) समरसेट हाऊस ते स्ट्रँडपर्यंत एवढ्या लांबीचा असावा. आम्ही एका भव्य दरवाजातून मोठ्या चौकात आलो. त्या चौकाभोवतीच्या सर्व भिंतींवर हिंदू पौराणिक कथांची दृश्ये (भित्तिचित्रे) रंगविलेली-चितारलेली होती. या सुरेख चौकाच्या कोपऱ्यातील एका कोपऱ्यात आम्हाला वर चढण्यासाठी (जाण्यासाठी) जिना होता. तो एकूण इमारतीच्या भव्यतेच्या दृष्टीने फारच अरुंद, जेमतेम एक व्यक्ती जाऊ शकेल असा होता. तो मुंबईच्या परेल येथील गच्चीवर जाण्याच्या जिन्यापेक्षा फारच खडा होता आणि त्याच्या निम्म्याएवढाही रुंद नव्हता. या जिन्याच्या टोकाला दरबार हॉलमध्ये जाण्याचे प्रवेशद्वार होते. मी इथे कर्नल क्लोजने सुसज्ज करून दिलेल्या व छानदार कशिदा काढलेल्या चपला काढून ठेवल्या. हे सभागृह म्हणजे परेल येथील व्हरांड्यांच्या लांबी एवढा एक लांबलचक सज्जा होता. मात्र त्याची रुंदी काहीशी (अंशत:) जास्त असावी. त्याचे छत दोन रंगांच्या नक्षीदार लाकडी स्तंभावर आधारित होते. ते बहुधा ओक लाकडाचे किंवा तद्सदृश काष्ठाचे असावेत. (मी ज्या रुंदीचा उल्लेख केला, ती फक्त दोन्हीकडील खांबांच्या रांगातील मधल्या जागेची होती.) खांबाच्या मागे आणि भिंतीमध्ये दोन्ही बाजूला मधल्या जागेच्या अर्धी एवढी रुंद जागा होती. या सभागृहात सर्वत्र सतरंजी अंथरलेली होती आणि आम्ही जेथे प्रत्यक्ष प्रवेश केला, तिथे मखमली पांढरे शुभ्र वस्त्र घातलेले होते व त्यावर तीन तक्ये अथवा लोड ठेवलेले होते. तीच पेशव्याची मस्नद वा सिंहासन होय.''

वरील वर्णनावरून असे दिसते की, श्रीमंत दुसरे बाजीराव पेशवे यांनी या सन्माननीय इंग्लिश पाहुण्यांचे स्वागत गणेश रंगमहालात केले नसावे; परंतु ते दुसरेच स्वतंत्र दालन वा खोली असावी. अर्थात त्या वेळच्या व त्या विषयीचा फरक एवढ्या नंतरच्या काळात शोधणे अवघड आहे.

पुण्यातील शनिवारवाड्याविषयी माहिती देणारा चौथा इंग्रज सद्गृहस्थ म्हणजे लेफ्टनंट कर्नल फिट्झक्लॅरेन्स होय. त्याने खडकीच्या युद्धानंतर काही

दिवसांनी म्हणजे दि. ३१ जानेवारी १८१८ रोजी शनिवारवाड्यास भेट दिली होती. त्यावेळी दुसरे बाजीराव पेशवे केव्हाच पुणे सोडून गेले होते आणि ब्रिटिशांनी शनिवारवाड्याचा ताबा घेऊन त्याचे लष्करी रुग्णालयात रूपांतर केले होते. त्याविषयी लेफ्टनंट कर्नल फिट्झक्लॅरेन्स लिहितो –

''जुन्या राजवाड्याच्या (शनिवारवाड्याच्या) सभोवती भक्कम तटबंदी असून त्यात वर्तुळाकार बुरूज आहेत. त्याच्या पुढील बाजूला रिकामी (मोकळी) जागा आहे. आतल्या सभागृहात भिंतींवर पौराणिक कथांतील हिंदू देवदेवतांची तसेच हत्ती आणि घोडेस्वारांची दृश्ये रेखाटलेली आहेत. या सभागृहाचा सार्वजनिक प्रसंगाव्यतिरिक्त (उत्सव–सण) श्रीमंत बाजीराव पेशवे क्वचित वापर करीत असत. या सभागृहात (गणेश रंगमहालात) पेशव्यांची गणपती ही संरक्षक आराध्य देवता होती आणि तिच्या सन्मानार्थ गणेशोत्सव थाटामाटात दिमाखाने संपन्न होत असे.''

''मला मिस्टर कोट्स येथील एका गर्द वृक्षवेलींनी गुरफटलेल्या वऱ्हांड्यात आढळले. त्यांनी आम्हाला सर्व वाडा हिंडून दाखविला. या राजवाड्यातील चौसोपा नागपूरच्या वाड्यातील चौसोप्यापेक्षा देखणा असून अतिशय प्रशस्त आणि सुव्यवस्थित, सुंदररीत्या बांधलेला होता. तेथील शिल्पांकित अलंकृत खांब आणि आढे व भिंत यांच्या कंगोऱ्यात केलेले नक्षीकाम फारच उत्कृष्ट आहे आणि सर्व राजवाडा स्वच्छ चकचकीत दिमाखदार दिसत होता. या वाड्यात अशी एक सुंदर खोली होती, जिच्यात काळ्याभोर सिसवीच्या लाकडांच्या स्तंभांनी शोभा आणली असून तीत कापूस भरलेला तांबडा गालीचा पसरला होता. या खोलीत मार्क्विस वेलस्ली याचे एक पूर्णाकृती व्यक्तिचित्र लावले होते. ते इतके दिवस एका जवळच्या अडगळीच्या खोलीत धूळ खात पडले होते. या मुत्सद्याच्या चित्राजवळ सर बॅरी क्लोज या सद्गृहस्थाचे लघुचित्र आढळले. ते जवळ जवळ भिंतीच्या गिलाव्यात एकरूप (मिसळून) झाले होते. या खोलीत दोन सुस्थितीतील अद्ययावत पृथ्वीचे गोल होते. त्यांवर लॅटिन भाषेत काही नावे लिहिली होती,.... चांदीच्या सुद्धा असतील! ह्या सर्व वस्तू पूर्वसूरींना – या अगोदरच्या पेशव्यांना इ.स. १७८८ पूर्वी इंग्लंडच्या राजाकडून भेटवस्तू म्हणून दिलेल्या असाव्यात. शनिवारवाड्याच्या सर्वांत वरच्या गच्चीवरून दूरवर पसरलेल्या पुणे शहराचे

विहंगम दृश्य, लष्करी कॅम्प, अमराई, संगम वास्तूचे भग्न अवशेष आणि पुणे शहराच्या आग्नेयेकडील पवित्र पर्वती टेकडी इत्यादींचे स्पष्ट दर्शन होत होते. पुण्यात नागपूर प्रमाणे एकही उपनगर नसल्यामुळे लोकसंख्येच्या बाबतीत ते लहान गाव आहे आणि त्याने कमी जागा व्यापली आहे. आम्ही एव्हाना एका पवित्र दालनात प्रवेश केला होता. हे दालन एका देवतेला अर्पण केले होते. ही देवता म्हणजे शेखी मिरविणाऱ्या हत्तीचे शीर्ष आणि सोंड असलेली आणि निळसर रंगांने रंगविलेली–सुशोभित केलेली ऐटदार व्यक्ती होती. त्यामुळे तिला शोधण्याचा आमचा उत्साह अधिकच वाढला; परंतु हा शहाणा बुद्धिमान सद्‌गृहस्थ आमचे स्वागत करण्यास फारसा राजी दिसला नाही. अखेर आम्ही त्याचा शोध घेण्यासाठी थोडी सामानाची उसकाउसकी केली. त्याला धूळ आणि जळमटांपासून बचाव व्हावा म्हणून एका स्वतंत्र कपाटात ठेवला होता. ही व्यक्ती एका पायावर दुसरा पाय ठेवून ललितासनात बसली होती. हे दालन (खोली) घुमटाकार असून सुमारे पन्नास फुट लांबीचे आणि उंच छताचे होते. त्याच्या भोवती वऱ्हांडा होता. तो आमच्या बॉल रूमधील संगीत सज्जाप्रमाणे होता. या ठिकाणी आरशांचा ढीग हिरव्या वर्खामध्ये मिसळून गेलेला दिसत होता. तसेच जडावाच्या कामाला सोनेरी रंग दिलेली लाकडे, तावदाने काही वस्तू आणि अनेक इंग्लिश सुरेख काचेची झुंबरे झाकून ठेवली होती. या सर्व सुशोभिकरणाच्या वस्तू वाचविण्याकरिता त्यांच्या मालकाप्रमाणेच आच्छादित करून लपून ठेवल्या होत्या. या पालक देवतेच्या (गजाननाच्या) सन्मानाप्रीत्यर्थ (गणेशोत्सव प्रसंगी) ब्रिटिश रेसिडेंटला नेहमीच आमंत्रित करण्यात येत असे.''

``मात्र पेशव्यांनी स्वत:हून रेसिंडेटचा कधीच सन्मान केल्याचे ऐकीवात नाही; कारण तेसुद्धा या पालक देवतेचे (गजाननाचे) पाहुणे होते. मी या राजवाड्यात एक इंग्लिश घड्याळ पाहिले. ते व्यवस्थित चालू होते. तसेच येथे कोरीव नक्षीकाम केलेल्या इंग्रजी ग्रंथांचा एक मोठा संग्रह होता. याशिवाय सूर्यमालेतील ग्रहांच्या गती दर्शविणारे एक मोठे यंत्र (ओरेरी) होते; मात्र त्याचे फक्त तुकडेच दिसत होते. या ठिकाणी एक स्थानिक स्थळांचा नकाशा होता, तर मला असे वाटते या पेक्षा चांगला नकाशा त्र्यंबकजी गोखले यांच्याकडे

असावा. त्यामुळेच तो आमच्या सैन्याने पाठलाग करूनही आमच्या हाती लागत नाही.''

हे शनिवारवाड्यासंबंधीचे कदाचित तत्कालीन अखेरचे लिखित वर्णन असावे; कारण तेव्हा शनिवारवाडा सुस्थित अवशिष्ट (शाबूत) होता. याच सुमारास जून १८१८ मध्ये पेशव्याने आपल्या सिंहासनाचा (पेशवेपदाचा त्याग) करून सत्ता सोडली. ब्रिटिशांनी कानपूरजवळील विठूर या ठिकाणी ब्रिटिश सरकारचा राजकीय कैदी म्हणून कायमचे वास्तव्य करण्यास त्यास राजी केले.

या घटनेनंतर बरोबर दहा वर्षांनी संपूर्ण शनिवारवाडा हा दिनांक २८ फ्रेब्रुवारी १८२७ रोजी महाभयंकर अग्नीच्या भक्ष्यस्थानी पडला आणि ही आग सुमारे सात दिवस धुमसत होती. अखेर शनिवारवाड्याची तटंबदी, भरभक्कम दगडी दरवाजे आणि जमिनीत पाया घातलेले जोते व जळालेले अवशेष एवढेच काय ते शिल्लक राहिले होते. तेच या शक्तिशाली मराठी साम्राज्याच्या उदय-अस्ताचे साक्षीदार होत. काळाच्या क्रूर तडाख्यातून या भव्य आणि शाही डौलदार वास्तूचे काहीच लक्षणीय अवशेष उरलेले नाहीत. फक्त दिल्ली दरवाजावरील नगारखाना ही एकमेव वास्तू अवशिष्ट असून एकेकाळी येथूनच एकामागून एक येणाऱ्या पेशव्यांच्या वैभवाचे कोडकौतुक या नगारखान्याने केले होते. तो आता नि:शब्द शोकमग्न आहे.

◆◆◆

प्रकरण ३

पर्वती आणि त्यावरील मंदिरे

पर्वती ही एक लहान टेकडी आहे. ती पुणे ह्या ऐतिहासिक शहराच्या नैर्ऋत्येस वसली आहे. ती मुख्य शहराच्या सीमेपासून सुमारे पाचशे यार्डावर आणि पुण्याच्या टपाल कार्यालयापासून (पोस्ट ऑफिस) सुमारे साडेतीन मैलांवर आहे. ती तिसरे पेशवे बाळाजी बाजीराव (कार. इ.स. १७४०-१७६१) यांनी तिथे बांधलेल्या मंदिरामुळे ख्यातकीर्त झाली. यापूर्वी ह्या टेकडीला विशेष महत्त्व नव्हते आणि एक झोपडीवजा सामान्य वस्ती तिथे होती. तिला पर्वती म्हणत. ती निजामशाहीच्या काळापासून पुण्याच्या अखत्यारीत होती. जुन्या कागदपत्रांत ती महद्भट्ट बिन मुद्गलभट्ट पुरंदरे यांना इनाम दिल्याचा उल्लेख आढळतो. ह्या घराण्यात ती प्रसिद्ध दिवाण मलिक अंबर याच्या काळी आणि पुढे शहाजीराजे आणि छत्रपती शिवाजी यांच्या कारकिर्दीतही ती ह्या घराण्याकडेच असल्याचे दाखले उपलब्ध आहेत. दादाजी कोंडदेवांच्या इ.स. १६४७मधील मृत्यूनंतर पुरंदरे घराण्यातील महद्भट्ट बिन मुद्गलभट्ट यांच्या हुद्दयाविषयी वाद निर्माण झाला आणि या ग्रामाचा महसूल त्याला उपभोगता येईना. तेव्हा या ब्राह्मण वतनदाराने छ. शिवाजी महाराजांकडे तक्रार नोंदविवली. छ. शिवाजी महाराजांनी चौकशी व विचारपूस करून पर्वती खेडे पुन्हा पुरंदरे घराण्यातील व्यक्तींकडे-वारसदारांकडे पूर्ववत सुपूर्त केले. नंतर बाळाजी विश्वनाथ ह्या पहिल्या पेशव्यांस त्याच्या उमेदवारीच्या सुरुवातीच्या खडतर काळात पुरंदरे घराण्यातील वारसांनी अमूल्य सेवा दिली होती, हे सर्वांना ज्ञात आहे. त्यांच्याबरोबर पुरंदरे घराण्याने आपलेही भले करून घेतले, नशिब काढले. बाळाजी विश्वनाथ यांना छत्रपती शाहू यांनी इ.स. १७१४ मध्ये पेशवाईची वस्त्रे दिली आणि अंबाजी त्र्यंबक यांची पेशव्यांचा दिवाण किंवा मुतालिक म्हणून ६५,००० सरंजाम देऊन नियुक्ती केली. त्यांचे वंशज अद्यापि

तो सरंजाम-जहागीर उपभोगत आहे. अव्वल इंग्रजी अंमलात दख्खन हिंदुस्थानातील पहिल्या प्रतीच्या (फर्स्ट क्लास सरदार) सरदारांत त्यांची गणना होत असे. बाळाजी विश्वनाथ यांच्या नातवाने पर्वतीबद्दल आत्मीयता दाखवून तिथे सुरेख मंदिरे बांधली आणि त्यांनी ह्या टेकडीचा चेहरामोहरा बदलून एका रोमांचकारी व सुंदर स्थळात त्याचे रूपांतर केले.

पेशवे बाळाजी बाजीरावांची मातोश्री काशीबाई यांचे पायाचे तळवे सतत दुखत असत. म्हणून त्या काही महिने बदल म्हणून मस्तानी बागेत राहू लागल्या. त्यांचे हे दुखणे बरे व्हावे, म्हणून सर्व प्रकारचे प्रयत्न-औषधोपचार करण्यात आले; परंतु सर्व यत्न निष्फळ ठरले. तेव्हा काशीबाईने या टेकडीवरील पर्वतीदेवीला (भवानीला) प्रार्थना केली की, ' माझी प्रकृती पूर्ववत होवो.' त्यावेळी असे सांगतात, की त्यांचे हे पायाचे दुखणे थांबले. ह्या सुमारास पर्वतीदेवीची मूर्ती पूर्णत: दुर्लक्षित होती. तेव्हा काशीबाईंनी आपल्या ह्या कर्तव्यदक्ष मुलाला पर्वतीच्या सन्मानार्थ मंदिर बांधण्यास सांगितले आणि बाळाजी बाजीरावानी तिच्या इच्छेनुसार मातेची आज्ञा पाळली. पेशव्यांच्या बखरीत यासंदर्भात दुसरीच एक कथा आढळते. त्यानुसार बाळाजी बाजीराव यांनी आपले धनी छ. शाहूमहाराज यांच्या स्मरणार्थ ह्या टेकडीवर शंकराचे एक मंदिर बांधले. तेव्हा काहीही निमित्त वा पाठ असला, तरी पर्वती टेकडीवरील मंदिरे तिसरे पेशवे बाळाजी बाजीराव यांनी बांधली, हे निर्विवाद! त्यामुळे या मंदिर वास्तूसमूहाशी-टेकडीशी या दिलदार व कलाभिज्ञ पेशव्याचे नाव निगडित राहिले आहे.

बाळाजी बाजीरावांनी या टेकडीवरील मध्यभागाची सपाट जागा निवडली आणि त्या ठिकाणी इ.स. १७४८ मध्ये दगडी बांधकामास सुरुवात केली. पेशवे दप्तरातील शासकीय नोंदीनुसार दि. ११ एप्रिल १७४९ मध्ये पुढील मूर्तींची विधिवत पर्वतीवरील मंदिरांतून प्रतिष्ठापना करण्यात आली.

(१) देवदेवेश्वर(देवदेवेश्वर -बाण) (२) चांदीची महादेव मूर्ती आणि त्यासोबत दोन सुवर्णमूर्ती. त्यांपैकी एक गणपतीची. तो महादेवाच्या उजव्या मांडीवर बसलेला आणि दुसरी पार्वतीची, ती डाव्या मांडीवर बसलेली. (३) पाषाणाची गणपतीची मूर्ती . (४) पार्वतीची. पर्वतदेवता जी पूर्वापार चालत आलेली, या मूर्तींचा प्रतिष्ठापना विधी आणि तदूअनुषंगिक अन्य धार्मिक विधी

(अनुष्ठान, अभिषेक, आवर्तने) हे ७ एप्रिल १७४९ ते १० एप्रिल १७४९ असे सलग चार दिवस चालू होते आणि त्या सर्वांवर पेशव्यांनी एकूण रु. ४३२० खर्च केले. महादेवाची चांदीची मूर्ती घडवण्यासाठी रु. ६७३७१/२ खर्च झाले; तर सोन्याचा गणपती व पार्वतीच्या मूर्तीचे अनुक्रमे वजन ६८६ आणि १२४५ तोळे एवढे होते.

बाळाजी बाजीराव पेशवे रोज घोड्यावरून पर्वतीवर देवदर्शनासाठी (पुण्यात असताना) जात असत आणि तिथल्या नैसर्गिक सौंदर्याचा आनंद तासन्तास लुटत असत. शिवाय ते तिथे नित्यनियमाने योगासने करीत असत. पुढे त्यांना या मंदिराविषयी, विशेषत: महादेवाबद्दल एवढी श्रद्धा निर्माण झाली की, ते प्रत्येक एकादशीला स्वत: शंकराची साग्रसंगीत पूजा करीत असत-आवर्तने म्हणत असत. याशिवाय त्यांनी देवदेवेश्वराची पूजाअर्चा करण्यासाठी अनेक ब्राह्मणांची नियुक्ती केली होती. त्यांनी इ.स. १७६० मध्ये शिखरावर १०२० तोळ्यांचा कळस चढविला. निजामाने पुण्यावर इ.स. १७६३ मध्ये स्वारी करून लुटालूट केली व शहराची नासधूस केली. त्यावेळी पर्वतीवरील मंदिरातील मूर्ती अन्य ठिकाणी हलविण्यात आल्या. पुढे स्थिरस्थावर झाल्यानंतर त्या परत आणून धार्मिक विधींद्वारे धुमधडाक्यात पूर्ववत प्रतिष्ठित करण्यात आल्या. पर्वती टेकडीच्या मध्यभागी या मंदिर समूहात मुख्य देवता देवदेवेश्वराचे म्हणजे शिवाचे उत्कृष्ट मंदिर आहे. या मंदिराची वास्तू सुरेख असून त्याची बांधणी मराठेशाहीतील वैशिष्ट्यपूर्ण वास्तुशैलीत केली आहे. त्याचे प्रवेशद्वार उठावदार असून पिरॅमिडच्या आकाराचे आकाशाकडे झेप घेणारे शिखर आहे. त्यावर मध्यभागी आमलक आहे. या मंदिराच्या चारही कोपऱ्यांत सूर्य, गणेश, पार्वती व विष्णू या देवतांची घुमटाकार स्वतंत्र छोटी मंदिरे आहेत. अशा मंदिररचनेला 'पंचायतन मंदिर शैली' असे म्हणतात. देवदेवेश्वर या प्रमुख मूर्तीसमोर दगडी नंदीमंडप आहे. त्यात सुरेख नंदीचे मूर्तिशिल्प आहे. प्रमुख मंदिराच्या पश्चिमेस आणखी दोन लहान मंदिरे बांधली असून ती अनुक्रमे कार्तिकस्वामी आणि विष्णू या देवतांची आहेत. या मंदिराची वास्तूशैली विशेष लक्षणीय नाही, परंतु या मंदिरांमुळे या समूहास एक विहंगम दृश्यस्वरूप प्राप्त झाले आहे.

पेशवे बाळाजी बाजीराव यांनी इ.स. १७५५ मध्ये या टेकडीवर राहण्यासाठी व विरंगुळा मिळावा म्हणून विश्रामधाम सदृश खोल्या बांधल्या; ते वारंवार या मंदिरातील देवतांच्या दर्शनास येत असत. त्या आजही वाडा म्हणून ओळखल्या जातात. तिसऱ्या पानिपतच्या युद्धात (१७६१) मराठ्यांचा दारुण पराभव झाला. त्याचे दुःख पेशव्यांना एवढे जबरदस्त झाले होते की, त्यांचे मंत्री व जिवलग सहाध्यायी कोन्हेर त्र्यंबक एकबोटे आणि कृष्णराव पारसनीस यांनी श्रीमंतांच्या मनाला थोडा विरंगुळा मिळावा म्हणून त्यांच्या आवडत्या श्रद्धास्थानी पर्वतीवर आणले. परंतु मनाने खचलेल्या पेशव्यांनी भाऊ भाऊ करीत येथे इ.स. १७६१ मध्ये प्राण सोडले. त्यानंतर त्यांचा मुलगा पहिला (थोरले) माधवराव हा पेशवे पदावर विराजमान झाला. त्यांनी वडिलांच्या पावलावर पाऊल ठेवून वडिलांना अत्यंत प्रिय असलेल्या स्थानाला केवळ आदर दाखविला नाही, तर पूर्वापार चालत आलेले सर्व धार्मिक विधी व पूजाअर्चा यथासांग चालू ठेवली. त्यांनी दि. २१ फेब्रुवारी १७६६ रोजी मुख्य देवदेवेश्वर मंदिरात शिवपंचायतची स्थापना करून तिथे मूर्तींची स्थापना केली आणि त्यांच्या पूजेअर्चेचे वतन व सरकारातील सर्व अनुदाने पूर्वापार चालू ठेवली. पुढे नाना फडणीस यांनी पार्वती देवीला प्रार्थना केली की, पेशवे नारायणरावांच्या विधवा पत्नी गंगाबाई यांना पुत्ररत्न झाल्यास, त्यांच्या मौजीबंधनाचा समारंभ व विधी पर्वती टेकडीवर करण्यात येईल. देवीने जणू नानांची ही आर्त प्रार्थना ऐकली आणि प्रसन्न होऊन गंगाबाईस पुत्ररत्न दिले. साहजिकच नाना फडणीसांनी पार्वती देवीला प्रार्थनेद्वारे दिलेला शब्द पाळला आणि त्यानुसार सवाई माधवराव पेशव्यांची मुंज इ.स. १७७९ मध्ये थाटामाटात पर्वतीटेकडीवर संपन्न झाली. या प्रसंगी अत्यंत मौल्यवान देणग्या मंदिराला देण्यात आल्या आणि पर्वतीवर मोठ्या प्रमाणात दानधर्म करण्यात आला. तरुण पेशवे सवाई माधवराव यांनी आपल्या आजोबांप्रमाणेच पर्वती टेकडीवर प्रेम केले; वारंवार भेटी देऊन तेथील व्यवस्था चोख ठेवण्याची खबरदारी घेतली. त्यांचा सर्वांत आवडता छंद म्हणजे पर्वती टेकडीच्या पायथ्याला स्थापन केलेला प्राणिसंग्रह हा होय. त्याचे त्यांना आत्यंतिक आकर्षण होते. सवाई माधवरावानंतर पेशवे पदावर आलेले अखरेचे पेशवे दुसरे बाजीराव यांनी पर्वती टेकडीवर दुमजली राजप्रासाद बांधावयास घेतला होता; परंतु, त्यांचे

ग्रहच फिरल्याने त्यांनी सर्वच गोष्टी अर्धवट सोडल्या. त्यांनी राजप्रासादाचे सुरू केलेले बांधकाम कधीच पूर्ण झाले नाही आणि त्यांनी काही भागाचे जे बांधकाम पूर्ण केले होते, तेही इ.स. १८१६ मध्ये वीज पडून जमीनदोस्त झाले. तत्पूर्वी सवाई माधवरावांच्या कारकिर्दीत इ.स. १७९१ मध्ये विजेचा तडाखा कार्तिकस्वामी मंदिराला बसला होता. यावेळी ब्रह्मवर्गाने हा गादीला अपशकुन असल्याचे सांगितले होते आणि ह्यासाठी ईश्वराला संतुष्ट करण्याकरता शांती करण्यात आली. परंतु इ.स. १८१६ मध्ये अखेरच्या पेशव्यांच्या काळात सर्वच प्रतिकूल घडत गेले आणि पार्वतीदेवीचा कोणताच आशीर्वाद या दुर्दैवी श्रीमंताना लाभला नाही. असे सांगितले जाते की, खडकीचे इंग्रज-मराठा युद्ध दुसरे बाजीराव यांनी पर्वतीवरील देवदेवेश्वराच्या मुख्य मंदिरातील उत्तरेकडील भिंतीत असलेल्या खिडकीतून प्रत्यक्ष पाहिले; मात्र तिथल्या तोफांचा आवाज आणि दृष्टिक्षेपातील पराभव, यांनी घाबरून जाऊन त्यांनी पलायन केले.

पायथ्यापासून सुमारे २१६ फुट उंचीवर असलेल्या माथ्यावर ही मंदिरे बांधलेली आहेत; परंतु तटबंदीयुक्त प्राकारात ती असल्याने या मंदिरांचे दृश्य भव्य आणि आल्हाददायक भासते. टेकडीवर जाण्यासाठी दगडी घडवलेल्या सुमारे शंभर रुंद व लांब पायऱ्या आहेत. पायऱ्यांची बांधणी अशा पद्धतीने केली आहे की, हत्तींना सुद्धा टेकडीवर सहजासहजी चढता यावे. त्याकाळी पालखी आणि हत्ती हीच केवळ राजघराण्यातील स्त्री-पुरुषांची वाहतुकीची साधने होती; परंतु, पेशवाईच्या पतनानंतर या साधनांचा फरसा कोणी उपयोग केल्याचे ऐकीवात नाही. या टेकडीवर इ.स. १८७७ मध्ये इंग्लडच्या राजघराण्यातील सन्माननीय प्रिन्स ऑफ वेल्स हे पुण्याला आले असता त्या प्रसंगी ते पर्वतीवर हत्तीवरून चढले. त्यांची ही पहिलीच पुण्यास भेट होती. त्यावेळी हा अजस्र प्राणी वाटेत घसरला आणि राजपुत्रासह जवळ जवळ पडलाच होता. या मंदिराच्या समोरील नगारखाना आणि तेथून पुण्यनगरी व सभोवतालच्या सृष्टिसौंदर्याचे होणारे दर्शन हा एक वेगळा सुखद अनुभव आहे. प्रेक्षक सभोवतीचे सृष्टिसौंदर्य पाहताना भांबावून जातो आणि कोणीकडचे दृश्य न्याहाळावे याचे त्याला भानच राहत नाही. एवढे सर्वत्र विहंगम सृष्टिसौंदर्य विखुरलेले आहे. हे सौंदर्य सर्वबाजूंनी डोळ्यांना एवढे सुखद व रम्य वाटते की, सर्वत्र जणू हिरवागार शालू पसरला आहे. त्याची शालीनता, चकाकी आणि

तेजस्विता सर्वकाही अंचबा वाटावे, असेच अनुपम आहे. या टेकडीवरूनच सवाई माधवराव पेशवे टेकडी खालील सारस तलावाजवळील शोभेचे दारूकाम पाहत असत. पर्वती ही मराठ्यांच्या राजधानीतील एक मूल्यवान अलंकार होय. पुण्याला आपल्या आसमंतातील मंदिरे आणि त्यांचे निर्माते यांबद्दल सार्थ अभिमान आहे.

पर्वती टेकडीच्या पायथ्याला बाळाजी बाजीराव पेशवे यांनी एक भक्कम व भव्य दगडी इमारत बांधली होती. तिथून श्रावण महिन्यात दक्षिण हिंदुस्थान बरोबर, कर्नाटक आणि उर्वरित हिंदुस्थान वगैरे प्रदेशांतून, भागांतून आलेल्या ब्राह्मणांना त्यांची विद्वत्ता, पावित्र्य (साधुता) आणि चारित्र्यानुसार दक्षिणा वाटण्यात येई. त्याला रमणा म्हणत. हे ब्राह्मणांचे एक प्रकारचे संमेलनच होते. हा रमणा दरवर्षी एखाद्या जत्रेप्रमाणे पर्वतीच्या पायथ्याशी नित्यनियमाने भरत असे. 'रमणा' ही संस्था त्र्यंबकराव दाभाडे यांवर इ.स. १७३१ मध्ये विजय मिळविल्यानंतर प्रथमच पुण्यात पहिले बाजीराव पेशवे यांनी सुरू केली. पहिल्या बाजीरावाच्या कारकिर्दीतच इ.स. १७३६ मध्ये या दक्षिणेपोटी सुमारे १६,३५४ रु. फक्त खर्ची पडले होते. पुढे हा आकडा लाखात गेला आणि ह्या संस्थेने पेशव्यांच्या उत्कर्षानंतर चांगलेच बाळसे धारण केले, हे पुढील आकडेवारीवरून स्पष्ट होते.

इ.स. १७३७	:	रु.४९,०७३
इ.स. १७४९	:	रु.१,२३,५३०
इ.स. १७५२	:	रु.६,२८, ३५३
इ.स. १७५३	:	रु.२,०६,०१९
इ.स. १७६२	:	रु.११,८९८
इ.स. १७६५	:	रु.१,३२,०४३
इ.स. १७६८	:	रु.२,८८,७४५
इ.स. १७७६	:	रु.५,०५,१२८
इ.स. १७८८	:	रु.२,१८,६३०
इ.स. १७८९	:	रु.२,२५,३५४

वरील आकडेवारी मनोरंजक असून तत्कालीन देशाची सामाजिक स्थिती आणि भौतिक प्रगती यांवर ती प्रकाश टाकते, त्याची ती निदर्शक आहे. इ.स. १७६२ मध्ये दक्षिणेचा आकडा अगदी क्षुल्लक हजारात दिसतो, ही गोष्ट अर्थपूर्ण म्हणून नोंदवावी लागेल. याचे कारण म्हणजे तिसऱ्या पानिपत लढाईतील (१७६१) दारुण पराभवाचा महाराष्ट्रातील जनतेवरील परिणाम होय. त्यानंतर पुढे महाराष्ट्रात शांतता आणि राजकीय स्थैर्य निर्माण झाल्यानंतर स्थिती पूर्ववत झाली. सवाई माधवराव पेशव्यांच्या कारकिर्दीत दक्षिणेचा आकडा पाच लाखांवर गेला होता. साहजिकच पुण्याची ख्याती देशभर विद्येचे माहेरघर (शहर) अशी झाली होती. त्यामुळे हिंदुस्थानातील सर्व भागांतून विद्वान लोक पुण्याला येऊ लागले. एवढेच नव्हे तर शृंगेरी, कांजीवरम (कांचीवरम), श्रीरंगपट्टणम, कुंभकोणम, तंजावर, रामेश्वर इ. दक्षिणेकडील शहरांतून तसेच बनारस, कनोज, ग्वाल्हेर, मथुरा या उत्तर हिंदुस्थानातील शहरांतून ब्रह्मवृंद दरवर्षी श्रावणात पुण्यास जमू लागला होता. त्यात सर्व शाखांचे व धर्मसंप्रदायाचे विद्वान ब्राह्मण असत. त्या ब्रह्मवृंदात वैदिक, वैयाकरणी, ज्योतिसिज्ञ, पंडित, कवी, दशग्रंथी, वेदांती, न्यायशास्त्रज्ञ, साधूसंत, वैद्य वगैरे विद्वत्‌जनांचा अंतर्भाव होता. त्यांची परीक्षा पुण्यातील विद्वान शास्त्रीमंडळी घेत. त्यामध्ये पुण्यातील रामशास्त्री प्रभुणे, बाळशास्त्री, अय्याशास्त्री आणि काशीनाथशास्त्री यांसारखे सिद्धहस्त पंडित व विद्वान असत. बाहेरून येणाऱ्या या विद्वतजनांना त्यांच्या गुणवैशिष्ट्यांनुसार आणि संस्कृत भाषेतील प्रावीण्यानुसार दक्षिणा दिली जात असे. सर्वश्रेष्ठ विद्वानाला जास्तीत जास्त रुपये एक हजार दक्षिणा दिल्याची नोंद आढळते. शास्त्रीमंडळींकडून परीक्षेत उत्तीर्ण झालेल्या विद्वान पंडितांना शनिवारवाड्यात यथास्थित आदर-सत्कार करून त्यांच्या पांडित्यानुसार दक्षिणा देण्यात येत असे, तर अन्य ब्राह्मणांना रमण्यात पर्वतीजवळ भोजनासह दक्षिणा दिली जाई. रमण्याच्या प्रांगणाला चार प्रवेशद्वारे होती आणि तिथे अनुक्रमे स्वत: श्रीमंत पेशवे, नाना फडणीस, रामशास्त्री प्रभुणे, अमृतराव आणि अन्य अधिकारीवर्ग दारापाशी बसलेला असे. त्यांना सर्वांना संरक्षण देणारे शिपाई असत. या ठिकाणी कडेकोट बंदोबस्तात दक्षिणा वाटली जाई. हे कठीण कार्य पोलिस दल आणि लष्कर यांच्या सहकार्याने अत्यंत शांतपणे व शिस्तबद्ध चालत असे. पुण्यात हा

दक्षिणा दानधर्माचा विधी किंवा ब्राह्मणांचे वार्षिक संमेलन (पर्वती पायथ्याचे) अत्यंत प्रेक्षणीय व रोमांचकारी घटना म्हणून ख्यातनाम झाले होते. ब्रिटिश रेसिडेन्सीमधून अनेक युरोपियन कुतूहलापोटी या ठिकाणी येऊन हे दृश्य पहात असत. कॅप्टन मुर या इंग्रज सद्‌गृहस्थाने इ.स. १७९७ मध्ये पर्वतीला भेट दिली. त्याने या दक्षिणासमारंभाचे अतिशय चपखल भाषेत सविस्तर व मनोरंजक वर्णन केले आहे. तो लिहितो, ''पर्वतीला सर्वसामान्य लोक पर्वती म्हणतात. ती पुण्याच्या दक्षिण टोकास असलेली एक उंच टेकडी आहे. या टेकडीच्या मध्यभागी (शिखरावर) एक देखणे पण वास्तुकलात्मक दृष्ट्या थोडे गौण, महादेवाची सहचारिणी पार्वती देवीचे मंदिर आहे. ते अत्यंत आदरणीय आणि भक्तांचे श्रद्धास्थान आहे. सण समारंभानिमित्त त्यावर जेव्हा रोषणाई केली जाते (पणत्या लावल्या जातात.) त्यावेळी ते अधिक खुलून दिसते. पर्वतीवरील या उंच शिखरावरून पुणे शहराचा नयनरम्य देखावा आणि सभोवतालची निसर्गरम्य सृष्टी दिसते. येथील वार्षिक दक्षिणा उत्सवात ब्राह्मणांना पर्वातीजवळ बऱ्यापैकी पैका दिला जातो. या सुमारास दूरवरून ब्राह्मण मंडळी या स्थळी जमतात आणि दक्षिणेसह मिष्टान्न भोजन करून संतृप्त होतात. या ठिकाणी पायपीट करून हजेरी लावून दक्षिणा मिळविण्यात तसे फारसे स्वारस्य नसावे, पण या विशिष्ट दिवशी(रमणा) मिळणारी दक्षिणा ही सामान्य भिक्षावळीच्या तुलनेत दसपट असते. स्वत: श्रीमंत पेशवे काही निवडक ब्राह्मणांना दक्षिणा आणि अन्य भेटवस्तू देतात. रस्त्यावरील काही उदार अंत:करणाचे लोकही दानधर्म करतात तसेच पवित्र जत्रेतही अशा प्रकारचा दानधर्म क्वचित होतो. श्रावण हा महिना खरोखरीच दानधर्म आणि आदरातिथ्य यांना योग्य मानला गेला आहे. त्यामुळे प्रवासी यात्रेकरू ब्राह्मण पुण्यात येऊन भोजन घेऊन दक्षिणा स्वीकारून पेशवे दरबारचा आदर-सत्कार अंगीकारून समाधानाने स्वगृही परत जातात. त्यांतील काही सुरत, पंढरपूर आणि इतर लांबलांबच्या गावांहून पुण्यात येतात. असे विश्वासपूर्वक सांगितले जाते की, या वर्षी पर्वतीजवळ रमण्याच्या प्रसंगी चाळीस हजार ब्राह्मण गोळा झाले होते.

''या समारंभाच्या अगोदर काही दिवस पेशवे आणि इतर थोर व्यक्ती (मंत्रिगण) विद्वान ब्राह्मणांचा यथास्थित आदरसत्कार करतात आणि त्यांना भेटवस्तू देतात. पर्वती पायथ्याजवळचा हा जमाव कितीही पवित्र यात्रेसदृश

असला तरीसुद्धा हे निवडक विद्वान ब्राह्मण पर्वतीजवळ गर्दीत सहभागी होत नसत. पेशवे काहींना पन्नास तर काहींना शंभर रुपये, तर काही विद्वानांना एक हजार रुपये दक्षिणा म्हणून देतात, असे सांगण्यात आले. अर्थात मला माहिती देणाऱ्या एका विद्वान ब्राह्मणाने सांगितले की, जे खरोखरीच वैयाकरणी, न्यायशास्त्रात निपुण आहेत, अशा गुणवान व विद्वत्ताप्रचूर ब्राह्मणांचाच ते विशेष दक्षिणा देऊन आदर सत्कार करतात. परंतु अशा प्रकारची कोणी परीक्षा वा समीक्षा करीत असेल, असे दृश्य फारसे आढळले नाही. तथापि, केवळ मर्जीनुसार हा कार्यक्रम चालत असावा, असेही म्हणता येणार नाही; कारण दानधर्म स्वीकारणारा लायक असामी असावा, असे बोलले जात होते.

''पर्वती टेकडीवर काही बांधीव वास्तू (छोट्या इमारती) असून त्या उंच भिंतीच्या तटबंदीयुक्त चौरस प्राकारात आढळतात. या तटबंदीला चार प्रवेशद्वारे असून पुन्हा आत एक दिंडी दरवाजा आहे. दक्षिणा रमणा प्रसंगाच्या वेळी (श्रावण महिन्यात) फक्त ब्राह्मणांनाच येथे प्रवेश दिला जातो. त्यामुळे हे सर्व दृश्य पाहण्याच्या इराद्याने (इच्छेने) कॅप्टन गार्डनर आणि मी थोडे वजन खर्ची घालून सहनशक्तीला ताण देऊन प्रयत्न केला. तेव्हा आम्हाला प्रवेश मिळाला, परंतु आमच्या बरोबरच्या अन्य सेवकांना मिळाला नाही, कारण त्यांच्यासोबत एकही ब्राह्मण नव्हता.

''चारपैकी तीन दरवाजांतून ब्राह्मण आत प्रवेश करीत होते आणि त्यांना पैसे दक्षिणेच्या रूपात दिले जात होते. आमची त्या सर्व प्रसंगाची पाहणी करण्याची (निरीक्षणाची) इच्छा होती; परंतु आम्ही आत प्रवेश करताच श्रीमंत पेशव्यांचे थोरले दत्तक बंधू अमृतराव हे एका दरवाजावर दानधर्मा प्रीत्यर्थ देखरेख करीत बसलेले होते. त्यांनी इंग्लिश रेसिडेन्सीतून आलेले आम्ही सद्‌गृहस्थ आहोत हे कुणाकडूनतरी ऐकले आणि आम्हाला निमंत्रण देण्यासाठी एक दूत पाठविला. हा त्यांच्या भेटीचा सन्मान आम्हाला अव्हेरणे योग्य वाटले नाही. त्यामुळे आम्ही त्यांच्याकडे गेलो. त्यांनी आमच्याशी बराच वेळ गप्पा मारल्या. मात्र संध्याकाळी अंधार पडू लागल्यामुळे आम्हाला तिथून काढता पाय घ्यावा लागला.

''आम्ही ज्या दरवाजापाशी होतो, तिथे आम्हाला नाण्यांच्या वजनाचा आणि पैशाच्या खुळखुळण्याचा आवाज ऐकू येत होता. तसेच, एक मनुष्य

कढईतील तांबड्या पाण्यात-कुंकवात हात घालून दरवाजाच्या तोंडाशी येणाऱ्या ब्राह्मणाच्या शरीरावर वा कपड्यावर किंवा कपाळावर गंध लावत होता आणि नंतर त्यास प्रवेश दिला जाई. या सुमारास संध्याकाळचे सहा वाजले होते आणि तेथील प्रांगण अजूनही अर्धेसुद्धा भरले नव्हते. काही हजार ब्राह्मण बाहेर प्रतीक्षेत उभे होते, परंतु मी चौफेर दृष्टी फिरविली आणि अंदाज घेतला की, हा सर्व ब्रह्मवृंद सुमारे वीस हजारांपेक्षा जास्त असावा. पैसे मिळविण्यासाठी कुणीही ब्राह्मण स्वत:ला कमी लेखतो, आम्हाला समजले होते की, रात्री दहापर्यंत या ब्राह्मणांना प्रवेश दिला जाणार होता. खरोखरीच मला असे वाटले, की एकही ब्राह्मण वगळला गेला नाही. या सर्वांना प्रांगणात बाहेरील एकूण एक ब्राह्मण आत येईपर्यंत जेवणखाण इत्यादी देण्याचे काम चालू होते. परंतु, या सर्वांना दक्षिणा दारावरच प्रवेश देताना दिली जात होती, की परतीच्या मार्गावर दिली जाईल, याचा मात्र मला उलगडा झाला नाही. कसे का असेना पण या सर्वांना एकत्र आणणे हे एक दिव्यच होते. नाहीतर एखादा चाणाक्ष कदाचित दुबारसुद्धा दक्षिणा उपटत असेल. जर दारावरील प्रवेशाबरोबरच दक्षिणा दिली जात असती, तर मग गंध लावून तांबूस चिन्ह रेखाटण्याची आवश्यकता नव्हती. याचा अर्थच सर्व चिन्हांकित ब्राह्मण एकत्र आल्यानंतर त्यांनी प्रत्येकाने आपले गंध लावलेले वस्त्र वा कपाळ दाखवून दक्षिणा स्वीकारावयाची आणि मगच गमन करावयाचे, असा शिरस्ता असावा; कारण आम्ही प्रवेश केला तिथे दारावर कुणीही पैसे दिले नाहीत. त्यावरून या प्रांगणातून बाहेर पडताना पैसे दिले जात असावेत, असा आम्ही तर्क केला.

‘‘मला असे वाटले की, सामान्यत: तीन ते दहा रुपयापर्यंत दक्षिणा वाटली जात होती. तेव्हा पैशापेक्षा रमण्यात जाऊन दक्षिणा घेण्याचा आनंद अनेक ब्राह्मण घेत असावेत. आमच्याबरोबर एक खुशालचेंडू सद्‌गृहस्थ बाहेरच्या बाजूस वाट पहात उभा होता, तो म्हणाला, ‘मला पाच, सात किंवा दहा रुपये मिळाले तरी चालतील.’ मात्र मी त्याच्याकडून एवढीच रक्कम का किंवा ही अपेक्षा क्षुद्र आहे, असे काहीच बोललो नाही. परंतु, तो पुन्हा म्हणाला की, ‘हा सगळा नशिबाचा खेळ आहे.’ तो लांब सुरतहून आला होता. तेव्हा एवढ्या लांबून एवढ्या अल्प रकमेची अपेक्षा तू धरतोस, म्हणजे काय आहे ? तेव्हा तो म्हणाला, ‘माझ्या घरी यापेक्षा काहीच फलदायक वा फायद्याचे नाही.

एकूण मी घरी काय किंवा प्रवासात वैतागून गेलेलाच आहे. रस्त्यात मला काही भिक्षुकी आणि आदरातिथ्यही लाभले. तसेच काही परिचित व्यक्तींच्या गाठीभेटी झाल्या, काही मित्र भेटले आणि नवीन ओळखीही झाल्या. शिवाय रस्त्यालगतच्या काही पवित्र स्थानांनाही जाता आले. त्यामुळे त्याचा प्रवास सुखकर आणि आनंदी झाला व वेळही उत्तम गेला. या टेकडीजवळ इतर काही चांगल्या गोष्टी असतील म्हणून तो मुद्दाम आला होता. मी ज्या सदिच्छा व्यक्त केल्या त्यावर तो खुश झाला. त्याला निरोप देताना मी म्हणालो, 'तुला तुझ्या गुणांनुसार चांगली दक्षिणा मिळेल. तेव्हा नशिबाचा हवाला देऊ नकोस. कमीत कमी रुपये ३०० तरी तुला मिळतील असे वाटते. तेव्हा तो म्हणाला, ''गेल्या वर्षी फक्त तीन रुपये मिळाले होते. तेव्हा मी अधिक प्रश्न न करता अन्यत्र लक्ष केंद्रित केले.

''रमणाच्या दरवाजावरील व्यवस्था आमच्या समजुतीनुसार पुढीलप्रमाणे होती; श्रीमंत पेशवे एका दरवाजात; अमृतराव, चिमाजी अप्पा (दुसऱ्या बाजीरावांचे धाकटे बंधू) आणि नाना फडणीस हे अन्य तीन दरवाजांपाशी होते. दौलतराव शिंदेही त्यांच्यामध्ये होते आणि पाचच्या सुमारास ते घोड्यावर बसून निघून गेल्याचे आम्ही पाहिले. पर्वतीजवळ बरीच गर्दी जमली होती. यावर्षी (इ.स. १७९७) दक्षिणेप्रीत्यर्थ वाटली जाणारी रक्कम नेहमीपेक्षा बरीच मोठी होती. श्रीमंत बाजीराव पेशवे हे थोडे उधळ्या स्वभावाचेच होते, कारण त्यांना लोकप्रियतेची हाव होती; परंतु असे म्हणतात की, नाना फडणीसांनी या उधळपट्टीस अटकाव करण्याचे धोरण आखले होते. श्रीमंत पेशव्यांनी जवळ जवळ पाच लाख रुपये दक्षिणा वाटली होती, म्हणजे जवळ जवळ बासष्ट हजार पौंड म्हणावयास हरकत नाही.''

''माझ्या लक्षात एक विलक्षण घटना आली की, जो कोणी एक ब्राह्मण नाही, पण तो आम्हाला प्रवेश देण्यासाठी कारणीभूत ठरला, त्याने एक रुपयासुद्धा बिदागी स्वीकारली नाही. मी स्वत:चे समाधान करून घेऊन विचार केला, हा साधा माणूस नसावा, किंवा तो सुरतचा मोठ्या चेहऱ्याचा ब्राह्मण गृहस्थ नसावा. ज्याने माझी टोपाझ पिन घेतली, जेव्हा मी गर्दीत मिसळलो होतो, तेव्हा कुणीतरी मला उद्देशून बोलले माझ्या शर्टच्या खिशातून काहीतरी सुरेख वस्तू घेऊन गेल्याची जाणीव मात्र मला त्यावेळी झाली.'' दुसऱ्या

बाजीरावाच्या कारकिर्दीत रमणा ही दक्षिणा देण्याची संस्था चालू होती आणि दक्षिणेच्या पोटी ८-१० लाखांचा चुराडा होत असे, परंतु ती सर्रास सर्वांना सारखी वाटली जात नव्हती. त्यात भेदभाव केला जात असे; कारण जे व्युत्पन्न विद्वान ब्राह्मण आहेत, त्यांना बक्षीस म्हणून झुकते माप दिले जाई. पेशवाईच्या पाडावानंतर इ.स. १८१८ मध्ये ब्रिटिश शासनाने ही पर्वतीजवळची रमणा ही दक्षिणा वाटपाची सार्वजनिक पद्धत बंद केली; परंतु या दक्षिणा पद्धतीतील विद्वानांचा सत्कार ही स्तुत्य कल्पना आणि त्यामागील उद्देश व दानधर्म यांचा विचार करून अन्य प्रकारे विद्वत्तेला उत्तेजन देण्याचे धोरण अंगीकारले. अत्यंत हुशार आणि चाणाक्ष मुत्सद्दी सर मौंट स्ट्युअर्ट एल्फिन्स्टन याने या संस्थेचा मूळ उद्देश आणि त्यामागील भावना यांचा परामर्श घेऊन इ.स. १८२१ मध्ये लिहिले, ''दक्षिणेचा मूलभूत उद्देश ज्ञानार्जनास उत्तेजन देणे हा आहे. त्याची रक्कम यापूर्वी ८-१० लाख रुपये झाली होती. दुसऱ्या बाजीरावाने काटकसरीचे धोरण अवलंबून खर्च कमी केला असला, तरी पन्नास एक हजार ब्राह्मणांना प्रत्येकी तो थोडी तरी रक्कम देत होता. शिवाय विद्वतजनांना त्यांच्या पांडित्यानुसार मोठी पारितोषिके देत होता.

''तो स्वत: आणि त्याचे सरदार व मंत्रिगण यांनी सूज्ञ ब्राह्मणांना विविध कार्यालयांतून हिंदू धर्मविधींसाठी नियुक्त केले होते. ती सर्व धर्मार्थ संबंधित मंडळी असत. एवढेच नव्हे तर याच धार्मिक तत्त्वावर अनेक ब्राह्मणांना भत्ता दिला जात होता आणि काही इनाम जमिनीही दिल्या होत्या; परंतु त्यांचा प्रत्यक्ष धर्मकार्यात किंवा धार्मिक विधीत काडीमात्रही संबंध येत नसे. सारांश विद्वत्तेला काहीतरी किंमत होती आणि ज्ञानी लोकांना उत्तेजन देण्यासाठी ही संस्था कार्यरत होती; परंतु आमच्या (ब्रिटिशांच्या) आक्रमणामुळे ती नामशेष झाली; पण मला वाटते लोकांच्या आदरार्थ आपण या कार्याला प्रेरक असणाऱ्या घटकांचा अंदाज बांधून ती पूर्ववत कार्यान्वित करावी. ही गोष्ट खरी आहे, की त्याचे (बाजीरावाचे) या कार्याला असलेले उत्तेजन न्यायीपणाने योग्य दिशेला जाऊ शकले नाही. तथापि या संस्थेचे एकूण परिणाम उपयुक्त होते हे नाकारता येणार नाही. त्यामुळे मला असे वाटते, की रमणा पद्धत अद्यापि आवश्यक असून ती जोपासली पाहिजे. अन्यथा या विद्वत्जनांचे ज्ञान दुर्बोध आणि निकृष्टावस्थेप्रत गेलेले असेल. हे ब्राह्मण-विद्वान युरोप खंडातील धर्मगुरुपेक्षा

फार काही कमी दर्जाचे नव्हत. ज्या धर्मगुरुंमुळे युरोपियन ज्ञानाची बिजे (पाळेमुळे) दीर्घकाळ जिवंत राहिली. तेव्हा त्याचा नाश करणे अन्यायकारक ठरेल! ही विद्वत्ता आता जर जोपासली नाही किंवा कारणीभूत लावली नाही, तर तिची फार मोठी हानी होऊन भविष्यातील सर्व आशा–आकांक्षा भंग पावतील; कारण अजूनही खऱ्या शास्त्रशुद्ध ज्ञानाशी त्यांनी प्रतारणा केली नाही. त्यामुळे काही कालावधीतच त्यात नक्कीच सुधारणा घडून येईल.''

या ठिकाणी एका गोष्टीचा आवर्जून उल्लेख केला पाहिजे, की दक्षिणा नामक अनुदान विशेषत्वाने मौंट स्ट्युअर्ट एल्फिन्स्टन या हुशार माणसाने मंजूर केले. या अनुदानाचा नंतर संस्कृत पाठशाळा स्थापण्यासाठी आणि छात्रवृत्त्यांसाठी विधायक उपयोग करण्यात आला होता. त्यामुळे संस्कृत साहित्य आणि तत्त्वज्ञान यांच्या अभ्यासाला चालना मिळून सर्व स्तरांतील (जातिजमातींतील) विद्यार्थ्यात हे विषय लोकप्रिय झाले. विद्यमान दक्षिणा छात्रवृत्ती आणि दक्षिणा प्राईज फंड हे याच सुप्रसिद्ध संस्थेचे अखेरचे अवशेष होत.

◆ ◆ ◆

प्रकरण ४

संगम–ब्रिटिशांची वकिलात–निवासस्थान

पुण्यातील विद्यमान न्यायधिशांचा बंगला म्हणून प्रसिद्ध असलेली इतिहास प्रसिद्ध वास्तू म्हणजे संगम होय. 'संगम' या शब्दाचा वाच्यार्थ दोन नद्या ज्या ठिकाणी एकमेकीस मिळतात ती जागा होय. ही जागा ब्रिटिशांचा पेशवे दरबारातील पहिला वकील किंवा रेसिडेंट सर चार्ल्स मॅलेट याने निवडली होती आणि त्या जागी इ.स. १७८७ मध्ये एक सुंदर हवेली बांधण्यात आली. या हवेलीला पुण्याच्या इतिहासात नंतरच्या काळात अनन्यसाधारण महत्त्व प्राप्त झाले. म्हणून या जागेविषयी तसेच या हवेलीत (रेसिडेन्सी)जे अनेक सन्माननीय ब्रिटिश वकील (रेसिडेंट्स) राहिले, त्यांच्याविषयी थोडी हकिकत सांगणे क्रमप्राप्त आहे.

जेम्स डग्लस ह्या इंग्रज लेखकाने 'मुंबई' नामक पुस्तकात मॅलेटच्या कुटुंबातील तीन प्रमुख वारसदारांनी (व्यक्तींनी) सलग शंभर वर्षे मुत्सद्देगिरीत व्यतीत केल्याचे निरीक्षण नोंदवले आहे. या ख्यातकीर्त तीन व्यक्तींपैकी चार्ल्स वेअर मॅलेट हा पहिला प्रसिद्ध व धोरणी मुत्सद्दी होय. तो आपल्या कर्तृत्वाने इ.स. १७८६ मध्ये पुण्याच्या पेशवे दरबारातील रेसिडेंट (वकील) या अधिकृत व जोखमीच्या पदापर्यंत पोहोचला होता. तो हिंदुस्थानात इ.स. १७७० मध्ये एक सामान्य सनदी नोकर म्हणून आला आणि त्याने ब्रिटिश ईस्ट इंडिया कंपनीच्या नागरी सेवा विभागात लेखनिकाची नोकरी पत्करली. त्याच्या कल्पक आणि कर्तृत्ववान व्यक्तिमत्वामुळे त्यास लवकरच बढती मिळाली आणि इ.स. १७७४ मध्ये त्याची कॅम्बे येथे रेसिडेन्ट-वकील म्हणून नियुक्ती करण्यात आली. त्यानंतर त्याची पुन्हा पदोन्नती होऊन तो मुंबईच्या गव्हर्नरचा स्वीय सहाय्यक (खासगी चिटणीस) झाला आणि पुढे त्याची इ.स. १७८६ मध्ये ब्रिटिश रेसिडेंट (वकील)म्हणून पुण्यात पेशव्यांच्या दरबारात नियुक्ती

झाली. तत्पूर्वी इ.स. १७८२ मध्ये सालबाईच्या तहाने पहिले इंग्रज-मराठा युद्ध संपुष्टात आले आणि इंग्रज व मराठे यांत निरंतर मैत्रीचे संबंध प्रस्थापित झाले; तथापि फ्रेंच, पोर्तुगीज, म्हैसूरचा टिपू सुलतान आणि निझाम या बलवत्तर शत्रूंच्या कारवाया व एकमेकांविरुद्धच्या कुरापती चालू होत्या. त्याच्या प्रभावातून इंग्रजांना पेशवे दरबारात कायमस्वरूपी वकील (रेसिडेंट) ठेवण्याची कल्पना सुचली व गरजही वाटली. अर्थात यापूर्वी इंग्रजांनी प्रसंगोपात आपले कॅप्टन गॉर्डन, मेजर प्राईस, मिस्टर मोस्टिन, कर्नल अॅपटन आदी राजदूत परराष्ट्र संबंधविषयक शिष्टमंडळांतून पुण्यास धाडले होते; परंतु सद्य:स्थितीत ब्रिटिशांना आपला कायमस्वरूपी प्रतिनिधी पुण्यात (पेशव्यांकडे) असावा, असे प्रकर्षाने जाणवू लागले. या गोष्टीला मराठा शासनाची परवानगी मिळावी म्हणून विनवणी केली. प्रथम थोडी कुरबूर झाल्यानंतर विचारविनिमय होऊन नाना फडणीसांना विनंती धुडकावणे जिकिरीचे झाले. त्यांना ती मान्यच करावी लागली. तत्कालीन प्रभारी (हंगामी) गव्हर्नर जनरल मॅकफर्सन यांनी तत्काळ या अत्यंत जबाबदारीच्या व परराष्ट्रविषयक महत्त्वाच्या पदासाठी चार्ल्स वेअर मॅलेट या धूर्त माणसाची निवड केली. सालबाई तहातील अटीनुसार महादजी शिंदे यांनी अचल चिरस्थायी परस्पर संबंधाविषयी दोन्ही पक्षांनी निष्ठा ठेवली पाहिजे, याची हमी घेतली होती. म्हणून या निष्ठावान मुत्सद्यांचीही संमती या नवीन प्रस्तावाला आवश्यक होती. म्हणून मॅलेट उत्तर हिंदुस्थानात महादजी शिंदे यांना भेटण्यासाठी गेले. अत्यंत कंटाळवाणा व प्रदीर्घ लांबचा प्रवास करून मॅलेट मथुरेला पोहचला आणि दि. २० मार्च १७८५ रोजी त्याने मराठे व इंग्रज यांमधील प्रमुख मराठा मध्यस्थाची भेट घेतली. महादजी शिंदे स्वाभाविकच या प्रस्तावाविषयी नाखूश होते; कारण त्यामुळे मराठा दरबारातील त्यांचा प्रभाव कमी होणार होता. परंतु मॅलेटने महादजी शिंदे यांच्या दरबारातील अँडर्सन या इंग्लिश (इंग्रज) राजदूताची मदत घेऊन महादजींना ही गोष्ट पटवून दिली आणि त्यांची प्रस्तावाला संमती मिळविली. अर्थात यापूर्वी खुद्द पेशव्यांनी ही गोष्ट मान्य केली होतीच. मॅलेटने आपला हेतू साध्य झाल्यानंतर प्रभारी गव्हर्नर जनरल मॅकफर्सन यांना भेटण्यासाठी कलकत्त्याला प्रयाण केले. त्यांनी मॅलेटला पुणे दरबारात ब्रिटिशांचा रेसिडेंट (वकील) म्हणून नेमणूक केल्याचे अधिकृत नियुक्तिपत्र दिले. आतापर्यंत मॅलेट हा मुंबईच्या शासनाचा

एक दुय्यम अधिकारी होता, तो आता साहजिकच कलकत्त्याच्या शासनाचा प्रतिनिधी झाला आणि कलकत्त्याच्या मध्यवर्ती शासनाच्या नियंत्रणाखाली व मार्गदर्शनाखाली आला. त्यामुळेच पुढे कागदोपत्री सर्व राजकीय पत्रव्यवहारात मॅलेटचा उल्लेख 'वकील निस्बत कलकत्तेकर'-कलकत्त्याच्या मध्यवर्ती शासनाचा वकील, असा आढळतो,

कलकत्त्याहून मॅलेट मुंबईला जानेवारी १७८६ मध्ये पोहचला आणि तिथून त्याने नवनिर्मित वकिलाती कार्यालयाचा पदभार स्वीकारण्यासाठी पुण्याकडे कूच केले. पुणे दरबारचा मुख्यमंत्री नाना फडणीस त्यावेळी टिपू विरुद्धच्या मोहिमेवर कर्नाटकात व्यस्त होता. म्हणून त्याने बहिरो रघुनाथ मेहेन्दळे याला या नवीन वकिलाच्या स्वागतासाठी आपला प्रतिनिधी म्हणून नेमले आणि त्याच्या पुण्यातील निवासस्थानादी बाबींची योग्य ती व्यवस्था करण्याची आज्ञा दिली. बहिरो रघुनाथ हा इंग्रजांच्या पत्रव्यवहारात 'बहिरो पंडित' या नावाने आढळतो. तो पेशव्यांच्या दरबारातील अत्यंत विश्वासू सेवक होता. तो नाना फडणीसांचा वकील म्हणून मॅलेटबरोबर (रेसिडेंटबरोबर) मालकाच्या वतीने स्वराज्यातील अनेक बाबींविषयी वाटाघाटी करीत असे. मॅलेट याचा मुक्काम पुण्यात असेपर्यंत बहिरो रघुनाथ त्याच्याशी चर्चा-विचारविनिमय करताना दिसतो. उमदे व्यक्तिमत्त्व आणि लाघवी बोलणे यांमुळे परदेशी पाहुण्यांना आपल्याकडे आकर्षित करण्याचे असामान्य कसब त्याने प्राप्त केले होते. साहजिकच अल्पकाळातच त्याने या वकिलातीत निकटचे व स्नेहपूर्ण संबंध प्रस्थापित केले.

चार्ल्स मॅलेट दि. ३ मार्च १७८६ रोजी पुण्यात पोहोचला आणि बहिरो रघुनाथने पुणे दरबारच्या वतीने त्याचे उत्स्फूर्त स्वागत केले. त्याच्याबरोबर खूप मोठा परिवार आणि तैनातीचा नोकरवर्ग होता. त्यांत सहा युरोपियन अधिकारी होते. यांपैकी तीन अधिकाऱ्यांना पालखीचा मान होता. याशिवाय ३५ घोडेस्वार (बारगीर), २०० संरक्षक दलातील शिपाई, १०० अन्य सेवक, ५० हमाल व कामठी, ७५ ढाली वाहून नेणारे वाहक, ४२५ मजूर, दोन हत्ती आणि पाच पालख्या होत्या. त्याव्यतिरिक्त एक मोठा तंबू, दोन लहान तंबू आणि तीन मोठ्या राहुट्या व अनेक लहान राहुट्या एवढे अजस्त्र सामान होते. त्याच्याबरोबर त्याच्या दालनात त्याची एक सुरेख मुसलमान मैत्रीण होती. ती

मॅलेटबरोबरच पण स्वतंत्र पालखीतून प्रवास करीत पुण्यास आली होती.

मॅलेटने जेव्हा पुण्यात प्रवेश केला, तेव्हा व तत्पूर्वीही पेशवे सरकारच्या राज्य कारभाऱ्यांमध्ये मॅलेटचा स्वागतसमारंभ कशा पद्धतीने करावा आणि कोणते रीतिरिवाज पाळावेत, यांविषयी याबाबातीत बरीचशी चर्चा आणि विचार-विनिमय-खलबते झाली होती. परंतु या सर्वांतून असा निर्णय झाला की पेशवे सरकारने या पूर्वीच्या ब्रिटिश राजदूतांना ज्या पद्धतीने आणि सन्मानपूर्वक वर्तणूक दिली, त्याच पद्धतीने मॅलेटसाहेबाचे (या वकिलाचे) आगत-स्वागत करावे. यापूर्वी अशा पद्धतीने मिस्टर मॉस्टीन आणि कर्नल ॲपटन यांची सर्व सरबराई आणि व्यवस्था करण्यात आली होती. त्यामुळे बहिरोपंताने नाना फडणीसांना या स्वागताविषयीचे सर्व तपशील कळविले होते. त्याने सादर केलेल्या अहवालावरून असे दिसते, की बहिरोपंत याने पेशव्यांचा अधिकृत प्रतिनिधी म्हणून मॅलेट याला गणेश खिंड येथे सामोरे जाऊन त्याचे स्वागत तत्कालीन रूढीनुसार केले आणि तिथून त्यांना तो गायकवाडांच्या घरी घेऊन गेला. तिथे त्यांची राहण्याची तात्पुरती व्यवस्था केली होती. मॅलेट त्या ठिकाणी काही निवडक व्यक्ती व सहकाऱ्यांसोबत राहिला आणि उर्वरित सर्व लवाजम्यास त्याने पर्वतीच्या जवळच्या बागेत तंबू ठोकून राहण्यास फर्माविले. काही दिवसांनी त्यानेही स्वत: पर्वतीच्या समोर आनंदराव जिवाजीच्या बागेत काही तंबू ठोकण्यास लावले आणि तिथेच तो काही दिवस राहिला.

पुण्यात काही दिवस राहिल्यानंतर, थोडे स्थिरस्थावर झाल्यानंतर मॅलेटसाहेबास दस्तुरखुद्द श्रीमंत पेशव्यांची भेट घेऊन त्यांना काही नजराणा व भेट कंपनीतर्फे द्यावयाची होती. या अधिकृत शासकीय भेटीत त्याने काही खास वस्तू देण्याचे ठरविले होते. त्या त्याने विशेषकरून आपल्याबरोबर आणल्या होत्या. या भेटवस्तूत, एक ग्रिफिन पक्षी (बहुधा ऑस्ट्रिक पक्षी असावा) होता. तो चार फुट उंचीचा असून ॲबिसिनियातून मुद्दाम आणला होता; परंतु दुर्दैवाने तो प्रवासात घाट उतरत असतानाच पिंजऱ्यामध्ये मरण पावला. तशाच मृतप्राय अवस्थेत त्याला पुण्यापर्यंत आणले होते. मॅलेटने शासकीय भेटीच्या निमित्ताने पेशव्यांची भेट घेण्यासाठी तंबू सोडला. यापूर्वीच्या इंग्रज राजदूतांचे ज्या पद्धतीने दरबारात स्वागत केले होते, त्याच जुन्या रीतिरिवाजानुसार

मॅलेटसाहेबांचे स्वागत करावे, असा सूर निघाला. त्यामुळे ह्या निर्णयाने मलेट नाखूश झाला. त्याने असा मुद्दा मांडला, की पूर्वीचे सर्व इंग्रज राजदूत हे ज्यांनी पुण्याला भेट दिली व पेशवे दरबारात हजेरी लावली, ते सर्व मुंबई शासनाचे प्रतिनिधी होते; मात्र तो स्वत: आता कलकत्ता ब्रिटिश शासनाचा म्हणजे मध्यवर्ती शासनाचा प्रतिनिधी असून त्यांच्यातर्फे आलेला वकील होता. तेव्हा त्याचा मान-सन्मान ज्याप्रमाणे मोगल बादशहा किंवा महादजी शिंदे यांनी हत्ती देऊन केला, तसाच होणे क्रमप्राप्त होते. अखेर थोड्या कटू चर्चेनंतर श्रीमंत पेशवे यांनी मॅलेटला भेटीस पाचारण केले आणि हत्ती भेट देण्याचा प्रश्न अर्थातच एकूण बारगळला.

काही दिवस तंबूत वास्तव्य केल्यानंतर मॅलेट याला पुण्यात इ.स. १७८६ च्या अखेरीस ब्रिटिशांचे एक कायमस्वरूपी कार्यालय व निवासस्थान असावे असे वाटू लागले. म्हणून त्याने श्रीमंत पेशव्यांकडे आपल्या स्वत:साठी एक प्रशस्त हवेली आणि अन्य कर्मचारीवर्ग-शिपाई यांकरिता स्वतंत्र निवासस्थाने-घरे बांधण्यासाठी पुणे शहराबाहेर मोकळी जागा मिळावी, यासाठी विनंतीअर्ज सादर केला. त्याने मुळा- मुठा नद्यांच्या संगम परिसरातील अत्यंत निसर्गरम्य जागा निवडली. पुढे यथावकाश पेशवे सरकारकडून त्यास मान्यताही घेण्यात आली. तीच पुण्यातील ब्रिटिश वकिलातीची 'संगम'-निवासवजा कार्यालय वास्तू झाली. असे दिसते की मॅलेट याला पुणे दरबारने आंदा केलेली रेसिडेन्सीसाठीची जागा म्हणजेच संगमाजवळच्या बिबी सैदीनच्या दर्ग्याजवळची जागा असावी आणि त्याजागी जे पहिले घर (वास्तू) बांधले गेले, तेच विद्यमान न्यायाधिशांचे कार्यालय होय वा तीच जागा आहे. मॅलटने या जागेच्या बरोबर मध्यभागी राहण्यासाठी हवेली बांधली आणि सभोवती छानशी सुंदर बाग केली. या रेसिडेंसीत मॅलेट हा आपल्या वकील या पदाला साजेशा व शोभेल अशा दिमाखात व थाटामाटात राहात होता. एवढेच नव्हे तर श्रीमंत पेशवे आणि त्यांचे सरदार-दरकदार यांना आपल्या रेसिडेन्सीत आमंत्रित करून त्यांचे यथास्थित आदरातिथ्य-मनोरंजन करीत होता. कॅप्टन मुर याने या रेसिडेन्सीविषयी लिहिलेला इ.स. १७९१ चा वृतांत बरेच काही सांगून जातो. तो वर्णन खालील शब्दांत करतो:-

“सर चार्ल्स मॅलेट यांचे निवासस्थान मुळा-मुठा नद्यांच्या संगमाजवळ असल्यामुळे पुढे ते संगम या नावानेच सर्वत्र सुपरिचित झाले होते. सर चार्ल्स मॅलेटचे सुरुवातीस राहण्याचे ठिकाण पुणे शहरात होते; पण ती जागा फारशी सुखावह नव्हती व एकूण लवाजम्यास अपुरी पडत होती. त्यामुळे येथील मोकळ्या जागेत त्यास हवेली बांधण्यास पेशवे सरकारातून परवानगी देण्यात आली. तोपर्यंत या भागात एक जीर्णशीर्ण पडझड झालेल्या पॅगोड्याच्या अवशेषांव्यतिरिक्त अन्य कोणतीच वास्तू वा घर नव्हते. आजही त्या ठिकाणी या वकिलातीच्या जवळ त्या पॅगोडाचे अवशेष इतस्तत: विखुरलेले आढळतात. त्याच्या तुलनेत भरपूर पैसा खर्चून बांधलेली या सुरेख हवेलीची इमारत फारच उठून दिसते. शिवाय या हवेलीत राहणारा सद्‌गृहस्थ सर चार्ल्स मॅलेटही थोर होय. संगम हे पुणे शहरापासून अलग असे एक लहानसे नगरच वसले होते. शिवाय मुळा नदीच्या पात्रामुळे ते मूळ पुणे शहरापासून पूर्णत: तोडलेले होते आणि तेथे मुख्यत्वे सर चार्ल्स मॅलेट बरोबर अनेक इंग्रजी अधिकारी, त्यांचे सहायक सेवक आणि रेसिडेंटच्या संरक्षणार्थ व सन्मानार्थ दोन लष्कराच्या पलटणी राखून ठेवल्या होत्या. सर चार्ल्स मॅलेट याने तयार केलेल्या उद्यानात सर्व प्रकारच्या फळभाज्या पीकत होत्या. या उद्यानात सर चार्ल्स मॅलेटने नदीतून खास नळाद्वारे सर्वत्र पाणी खेळविले होते. त्यामुळे फळभाज्यांशिवाय उत्कृष्ट द्राक्षाचे वेलही होते. तसेच सफरचंद आणि पीच यांची झाडे होती आणि त्यांना फळे लगडलेली होती. एकूण त्याकाळी उद्यानविज्ञानाच्या दृष्टिकोनातून हा भाग अत्यंत उपयुक्त आणि सुपीक झालेला होता. शाही टुमदार सायप्रसवृक्ष आणि इतर शोभेची झाडे यांनी हा शांत परिसर सुशोभित झाला होता. त्यामुळे सहजगत्याच माझ्या तोंडून, ‘संगम हे स्थान हेवा वाटावे असे मी पाहिलेले भारतातील एकमेव स्थान असावे’ असे उद्‌गार बाहेर पडले. येथील लोकांच्या गरजा भागविण्याससुद्धा हे स्थान अग्रेसर होते. सर चार्ल्स मॅलेट याने अत्यंत मोहक व उमदे घोडे पैदास करण्यासाठी स्टड फार्मसुद्धा काढला होता. त्यात अरबस्थान, इराण वगैरे देशांतून सुमारे चाळीस-पन्नास उमदी जनावरे (घोडे) आयात करण्यात आली होती. या शिवाय मॅलेटच्या शाही घोडदळात काही हत्ती होते. हा सर्व देखावा पौर्वात्य दरबारांचा एक अविभाज्य भाग असे. तिथे एक प्रकारचा भपका आणि परराष्ट्र वकील व

राजदूतांना शाही समारंभाच्या वेळी या रूबाबाची उच्च पदावरील अधिकाऱ्यांना आवश्यकता भासत असे.''

मॅलेट याने पुण्यात स्थिरस्थावर झाल्यानंतर ईस्ट इंडिया कंपनीला आपल्या मुत्सद्देगिरीने अतिशय मूल्यवान आणि उपयुक्त सेवा दिली. त्याची प्रचीती त्याने पुढे केलेल्या त्रिराष्ट्र मैत्री करारातून दिसून येते. या सुमारास दक्षिण हिंदुस्थानात (कर्नाटकात) टिपू सुलतान फारच शिरजोर झाला होता. त्याची मराठ्यांबरोबरच इंग्रजांनाही धास्ती बसली होती. त्यामुळे त्याची वाढणारी सत्ता, तिला वेळीच पायबंद घालणे अत्यंत गरजेचे होते, आणि त्यासाठी टिपू सुलतानाविरुद्ध संयुक्त आघाडी उघडणे, हे एक आव्हानात्मक काम होते. मॅलेट या बाबातीत प्रयत्नशील होता. त्याने मराठे, हैदराबादचा निझाम यांच्याशी वाटाघाटी करून इंग्रज, मराठे व निझाम या तीन सत्तांत त्रिराष्ट्र करार करताना अतिशय चाणाक्षपणा दाखविला आणि परिपक्व मुत्सद्देगिरीचे प्रदर्शन केले. किंबहुना हा महत्त्वाचा तह ही मॅलेट याच्या कुशल मुत्सद्देगिरीचीच परिणती होय. त्या करारावर सवाई माधवराव पेशवे यांनी दि. १ जून १७९० रोजी गणेश रंग महालात (दरबारात) सही केली. या तहामुळे या तीन महासत्तांच्या फौजा एकत्रित आल्या आणि टिपूविरुद्ध त्यांनी यशस्वी मोहीम आखली. या तीन महासत्तांच्या सैन्यांपैकी इंग्रजी लष्कराचे नेतृत्व लॉर्ड कॉर्नवॉलिस याच्याकडे होते, तर निझामाच्या सैन्याचे नेतृत्व निझामाचा मुलगा सिंकदरजाह आणि त्याचा मंत्री मीर आलम यांनी केले होते आणि हरिपंत फडके आणि परशुरामभाऊ पटवर्धन यांच्याकडे मराठ्यांच्या सैन्याचे नेतृत्व होते. या संयुक्त सैन्याने टिपूच्या सैन्याचा धुव्वा उडविला आणि त्याच्या अखत्यारीतील अर्धा अधिक प्रदेश पादाक्रांत केला. पुढे हा प्रदेश तीन सत्तांत विभागण्यात आला. या मोहिमेच्या बाबतीत आणि या तीन सत्तांना एकत्र आणण्यात सर चार्ल्स मॅलेट याने जे कुशल नेतृत्व आणि कुशलता दाखविली व ब्रिटिश शासनाची इमानेइतबारे सेवा केली, त्या प्रीत्यर्थ ब्रिटिश शासनाने त्यास सरदारकीचा (बॅरोनेट) बहुमान देऊन दि. २४ फेब्रुवारी १७९१ रोजी सन्मानित केले आणि सर ह्या बहुमानदर्शक किताबाने त्यास गौरविले.

सर चार्ल्स मॅलेट हा पुण्यातील जनसामान्यात फारच लोकप्रिय झालेला सद्‌गृहस्थ होता. त्याने केवळ आपल्या राष्ट्राचे(इंग्लंड) राजकीय आणि

व्यापारविषयक हित जपले नाही; तर येथील मराठमोळ्या संस्कृतीत पुण्यात व जेथे तो मिसळला व वावरला तिथे त्याने युरोपियन कला, शास्त्रे आणि वैद्यक यांचा प्रसार-प्रचार केला आणि सामान्यजनांपासून उच्चभ्रू सरदार-दरकदारापर्यंत औषधे व वैद्यकीय सेवा-सुविधा देण्याचा प्रयत्न केला. या सर्वगुणसंपन्न व प्रेमळ व्यक्तीच्या संपर्कामुळे आणि प्रभावाखाली पुण्यातील जनतेचा अनेक प्रकारे फायदा झाला. मॅलेटने प्रसिद्ध ब्रिटिश चित्रकार जेम्स वेल्स याला पेशवे दरबारात पाचारण करून त्याची खुद्द सवाई माधवराव पेशवे यांच्याशी ओळख करून दिली. जेम्स वेल्स याने पुण्यातील अनेक मातब्बर सरदारांची चित्रे काढली. वेल्स पुण्यात साधारणत: इ.स. १७९० मध्ये आला आणि इ.स. १७९५ मध्ये त्याचे निधन होईपर्यंत राहिला. या सुमारे पाच वर्षांच्या पुण्यातील वास्तव्यात त्याने सवाई माधवराव पेशवे, नाना फडणीस आणि महादजी शिंदे या तीन तत्कालीन अध्वर्यूंची व्यक्तिचित्रे काढली. ती अद्यापि सुस्थितीत आहेत. सर चार्ल्स मॅलेट याने सवाई माधवरावांना त्यांच्या शनिवारवाड्यात चित्रकलेचे एक विद्यालय सुरू करण्याविषयी उद्युक्त केले आणि जेम्स वेल्स या चित्रकाराची त्या ठिकाणी अधीक्षक म्हणून निवड केली. त्याने अनेक भारतीय विद्यार्थ्यांना चित्रकलेचे धडे दिले, शास्त्रशुद्ध चित्रे काढण्याचे तंत्र शिकविले. त्याच्या विद्यार्थ्यांपैकी गंगाराम तांबट या विद्यार्थ्याने चित्रकलेत चांगलेच प्रावीण्य संपादन केले होते. त्याने तिचा योग्य तो उपयोग करून वेरूळ येथील गुंफांतील अनेक सुरेख शिल्पाकृतींची चित्रे रेखाटली आणि हा संग्रह गव्हर्नर जनरल सर जॉन शोअर यांस इ.स. १७९४ मध्ये भेट म्हणून दिला.

डॉ. क्रूसो आणि डॉ. फिन्डले हे ब्रिटिश वकिलातीतील (रेसिडेन्सीमधील) पुण्यातील दोन प्रमुख व प्रसिद्ध डॉक्टर होत. ते शल्यविशारदही होते. त्यांनी पुण्यात पाश्चात्त्य वैद्यकीय सेवेचा प्रसार आणि प्रयोगही केला. तद्वतच अनेक रुग्णांची शुश्रूषा-सेवा केली. या रुग्णांत अनेक मान्यवर व्यक्ती होत्या. त्यांनी या कुशल व तज्ञ डॉक्टर द्वयींनी सांगितलेली-सुचविलेली पाश्चात्त्य जगतातील औषधे कोणत्याही प्रकारच्या धार्मिक अडी आडकाठी न आणता अत्यंत आनंदाने व प्रामाणिकपणे घेतली.

सर चार्ल्स मॅलेट आणि त्याचे बहुसंख्य इंग्रजी स्नेही यांनी सवाई माधवराव पेशव्यांना दुर्बिणी, पृथ्वीचा गोल आणि अन्य अनेक इंग्लिश बनावटीची विज्ञानाशी निगडित उपकरणे भेट म्हणून दिली होती. ती पाहून पेशवे सवाई माधवराव खुश झाले होते. डॉ. फिन्डले याने श्रीमंत माधवराव पेशव्यास ज्योतिषशास्त्र (ज्योतिर्विज्ञान) आणि भूगोल विषयातील अनेक बारीक सारीक माहिती देऊन सुविद्य केले होते. त्या बदल्यात माधवराव पेशव्यांनी डॉ. फिन्डले यांस अनेक आकर्षक भेटवस्तू दिल्या. तसेच अनेक सुंदर बक्षिसेही त्यांनी श्रीमंतांकडून पटकाविली होती.

पुण्यातील वास्तव्यात सर चार्ल्स मॅलेट याचा उद्देश आणि हेतू राजकीय व्यवहाराबरोबरच मुख्यत्वे सामाजिक संबंध दृढतर करण्यावर होता. त्यामुळे त्याने अगदी श्रीमंत पेशव्यांपासून ते त्याच्या अखत्यारीतील कारकूनांपर्यंत सौहार्दपूर्ण संबंध प्रस्थापित केले होते. त्यात त्याला कल्पनातीत यश आले; कारण त्याला येथील भाषा, चालीरीती, रूढी, धार्मिक सण-समारंभ आणि विशेषत: पौर्वात्य शिष्टाचार यांची उत्तम जाण झाली होती. शिवाय त्याचा सर्वांत मिळून मिसळून वागण्याचा मोकळा स्वभाव आणि दिलखुलास मनोवृत्ती ही यास प्राय: कारणीभूत होती. तो पेशव्यांच्या शनिवारवाड्यात दरवर्षी संपन्न होणाऱ्या गणेशोत्सवास न चुकता हजर राहात होता. एवढेच नव्हे तर काही मराठा सरदारांकडे त्या निमित्ताने जात असे. त्यावेळी पुण्यात सरदार-उच्च अधिकाऱ्यांच्या घरी साजऱ्या होणाऱ्या मौजीबंधन आणि लग्न समारंभ यांनाही तो आवर्जून उपस्थित राहात होता. खर म्हणजे त्याने पुण्यातील प्रत्येक व्यक्तीच्या मनात आपल्याविषयी प्रेम उत्पन्न केले होते आणि याबाबतीत त्याला सामाजिकदृष्ट्या खूपच यश मिळाले होते.

सर चार्ल्स मॅलेट याचा इ.स. १७९५ अखेरपर्यंत पुण्यात मुक्काम होता. त्याला सवाई माधवरावांच्या अपघाती निधनाने अतीव दु:ख झाले होते. त्यांच्या मृत्यूनंतर त्याने नाना फडणीसांना दु:ख परिहारार्थ अतिशय हृदयस्पर्शी पत्र लिहिले होते. जेव्हा दुसरा बाजीराव पेशव्याच्या गादीवर विराजमान झाला, तेव्हा सर चार्ल्स मॅलेट तेवढाच त्यांचा जवळचा मित्र बनला होता. प्रथम वकिलीची सूत्रे धारण केल्यापासूनच मॅलेटचे पेशवे दरबारशी निकटचे संबंध प्रस्थापित झालेले होते. त्यामुळे या घनिष्ठ संबंधांतून मराठे आणि त्यांचे

शासनकर्ते, शासनव्यवस्था यांतील कमकुवत दुवे त्याच्या केव्हाच लक्षात आले होते, पूर्णत: त्याला माहीत झाले होते; किंबहुना त्याच्या चाणाक्ष नजरेतून मराठ्यांच्या सत्तेतील गुण-अवगुण आणि कमकुवतपणा सुटला नव्हता. जेव्हा तो मराठ्यांच्या सैन्याबरोबर इ.स. १७९५ मध्ये निजामावरील खर्ड्याच्या लढाईत सहभागी झाला होता, त्यावेळीच त्याला मराठा लष्करातील बेशिस्त आणि असंघटितपणा यांची जाणीव झाली होती आणि अशा असंघटित सैन्यास एखादी शिस्तबद्ध लहान सैन्याची तुकडीसुद्धा सहजासहजी अगदी थोड्या अवधीत नामोहरम करील असे त्यास वाटले आणि हे सांगण्याची खरोखरीच गरज नाही; कारण यानंतर काही वर्षांनीच हे भाकित खरे ठरले!

सर चार्ल्स मॅलेट हा गुणी माणसांची निवड करणारा कुशल व हुशार निरीक्षक होता, चाहता होता, तद्वतच तो उत्तम कलात्मक वस्तू जमा करीत असे. त्याने नोकरवर्गात-लवाजम्यात सेवेसाठी उत्तम माणसे निवडली होती. पुणे दरबारात कायमस्वरूपी सय्यद नुरुद्दीन हुसेन खान हा त्याचा ब्रिटिश वकिलातीतील स्थानिक वकील होता. तो राजकीय धोरण आणि दरबाराच्या व्यवहारात मॅलेटसाहेबास मदत करीत होता. हुसेनखान हा फार्सी भाषेचा मोठा ज्ञाता आणि जाणकार होता. त्याच्याविषयी मेजर प्राईस अतिशय सुसंस्कृत शब्द वापरतो. तो लिहितो, ''सर चार्ल्स मॅलेटच्या सेवकवर्गात-अधिकाऱ्यांत एक मोगलखान किंवा सरदार आहे. तो कधीकाळी दिल्लीत मोगलांच्या दरबारी उच्चपदी असावा. तो फार्सी साहित्यात वाकबगार- विद्वान असून त्याचे अनेक मुलगेसुद्धा चार्ल्स मॅलेटच्या सेवेत आहेत. तो गाझी-उद्-दीन या प्रसिद्ध मोगल सरदाराचा मित्र व सहकारी होता. गाझी-उद्-दिन हा एक उत्तम मुत्सद्दी होता, पण गुन्हेगारी पार्श्वभूमी त्यास होती. हुसेनखानने त्याच्याकडून राजकीय डावपेचांचे धडे घेतले असावेत. या थोर सद्गृहस्थाकडून मॅलेटने फार्सी भाषा आत्मसात केली होती. त्यामुळे मॅलेटला फार्सी भाषेचा राजकीय व्यवहारात बराच उपयोग झाला, हे मी प्रत्यक्ष पाहिले आहे.'' मॅलेट हा फार्सी भाषेचा उत्तम जाणकार व ज्ञाता होता, हे तत्कालीन अनेक इंग्रज विद्वानांना विदित होते. त्याने अनेक महत्त्वाची व सचित्र फार्सी हस्तलिखिते जमा केली होती. एकूण त्याचा फार्सी हस्तलिखितांचा संग्रह समृद्ध होता. पुढे त्याने ही हस्तलिखिते लंडनच्या रॉयल एशियाटिक सोसायटीला भेट म्हणून दान केली.

गमतीची बाब म्हणजे सर चार्ल्स मॅलेट याने सवाई माधवरावांच्या संगतीत-बरोबर नोव्हेंबर महिन्यात इ.स. १७९१ मध्ये महाबळेश्वरच्या पर्वतश्रेणीतून फेरफटका मारला होता. त्यामुळे या विहंगम स्थळाचा प्रथम शोध लावणाऱ्या युरोपियन प्रवाशांत मॅलेट यांचेच नाव घेणे, योग्य ठरेल! सर चार्ल्स मॅलेट याने इ.स. १७९६ मध्ये पुण्याची वकिलात (रेसिडेंसी) सोडली आणि त्याचवेळी त्याला बढती मिळून मुंबईच्या गव्हर्नरच्या संचालक मंडळात सदस्य म्हणून घेण्यात आले. पुढे त्याच ठिकाणी त्यास काही महिने कार्यकारी-प्रभारी गव्हर्नर म्हणूनही काम करण्याची संधी मिळाली होती. तथापि त्याने पुण्याशी विशेषत: पेशवे दरबाराशी असलेले मित्रत्वाचे संबंध कायम ठेवले होते आणि त्याचा नाना फडणीस व श्रीमंत दुसरे बाजीराव यांच्याशी सतत पत्रव्यवहारही चालू होता. मात्र त्यानंतर तो फार काळ मुंबईत थांबला नाही. भारतात सुमारे सत्तावीस वर्षे अथक परिश्रम करून त्याने ईस्ट इंडिया कंपनीची इमानेइतबारे सेवा केली आणि ईस्ट इंडिया कंपनीच्या सेवेतून निवृत्त होऊन इ.स. १७९७ मध्ये मायभूमीसाठी समुद्र किनारा सोडण्यापूर्वी त्याने दि. २१ फेब्रुवारी १७९७ रोजी पुन्हा एकदा पुण्याला अखेरची भेट दिली. त्यावेळी दुसरे बाजीराव पेशवे यांनी त्याच्यासाठी खास निरोप समारंभ आयोजित करून त्या समारंभात सर चार्ल्स मॅलेट याचा सत्कार-सन्मान करून त्यास सन्मानदर्शक पोषाख-वस्त्रे दिली आणि इंग्लडच्या राजाला काही मूल्यवान भेटवस्तू आणि एक मैत्रीपूर्ण पत्र त्याच्यासोबत पाठविले.

सर चार्ल्स मॅलेट याने तत्कालीन प्रसिद्ध चित्रकार आणि कलाकार जेम्स वेल्स याच्या लेडी सुसान या कन्येबरोबर विवाह केला. त्याला या पत्नीपासून एकूण आठ अपत्ये-मुलगे झाले. त्यांपैकी सर्वांत ज्येष्ठ मुलगा सर अॅलेक्झांडर मॅलेट याला वडिलोपार्जित बॅरोनेट किताब आणि संपत्ती मिळाली. तो पुढे जर्मनीत बर्लिन या राजधानीत इंग्लंडचा राजनैतिक वकील म्हणून इ.स. १८५६-१८६६ असा दहा वर्षे कार्यरत होता. दुसरा मुलगा सर आर्थर मॅलेट हा मुंबई कौन्सिलचा एक सन्माननीय सभासद होता. त्याने हिंदुस्थानातच काही वर्षे व्यतीत केली. तिसरा मुलगा मिस्टर ह्यू मॅलेट हाही ठाण्याला जिल्हाधिकारी असताना त्याने मुंबईजवळच्या माथेरान या गिरिस्थानाचा शोध लावला आणि हे थंड हवेचे ठिकाण विकसित झाले. इंग्लडला गेल्यानंतर चार्ल्स मॅलेट याचे इ.स. १८१५ मध्ये विलबरी हाऊस येथे निधन झाले.

सर चार्ल्स मॅलेट याचा उल्लेख अत्यंत गौरवाने व आदराने 'संगम' चा शिल्पकार म्हणून करतात. कारण याचा अर्थ असा की, त्याने पूर्व व पश्चिम यांना जोडले. म्हणजे पौर्वात्य व पाश्चात्त्य या संस्कृतींचा संगम घडवून आणला, दोघांमध्ये सलोख्याचे संबंध प्रस्थापित करण्याचा प्रयत्न केला.

सर चार्ल्स मॅलेट याने पुणे रेसिडेंसी (वकिलात) सोडल्यानंतर त्याच्या जागी त्याच्याच वकिलातीतील एक सहायक अधिकारी मिस्टर उदथॉप नावाचा अतिशय व्यवहारकुशल असामी पुण्याचा रेसिडेंट (वकील) म्हणून कारभार पाहू लागला; त्याने काही महिने कारभार सांभाळल्यानंतर पुढे त्या जागी लेफ्टनंट कर्नल विल्यम पामर याची पेशवे दरबारात कंपनी सरकारकडून रीतसर नियुक्ती झाली. त्याने पुणे वकिलातीचा (संगमाचा) कार्यभार इ.स. १७१८ मध्ये अधिकृत स्वीकारला. या पूर्वी त्याने विविध उच्च पदांवर बंगालमध्ये काम केले होते आणि त्याची कार्यक्षम प्रशासक व मुत्सद्दी म्हणून उच्च पदस्थांत-त्यांच्या वर्तुळात ख्याती होती. तसेच तो गव्हर्नर जनरल वॉरन हेस्टिंगचा अनेक वर्षे लष्करी सचिव होता आणि इ.स. १७८२ मध्ये त्याची लखनौमध्ये रेसिडेंट (वकील) म्हणून नियुक्ती झाली होती. त्याच्या या सद्‌गुणांमुळे आणि राजकीय ज्ञातेमुळे त्याची खासकरून महादजी शिंदे यांच्या दरबारात राजदूत म्हणून ईस्ट इंडिया कंपनीने नियुक्ती केली होती. तिथे त्याने उत्तम लौकिक तर मिळविलाच आणि महादजी शिंद्यांची मर्जीही संपादन केली. पण त्याबरोबरच मराठ्यांच्या राजकारणातील कच्चे दुवे हेरले आणि बारीक-सारीक गोष्टींचा बारकाईने अभ्यास व निरीक्षण केले. त्याच्या अनुभवाचा विचार करून कंपनी सरकारने त्याची शिंद्यांच्या दरबारातून बदली पुण्याच्या वकिलातीत रेसिडेंट म्हणून केली. तिथे त्याने इ.स. १७९८ पासून इ.स. १८०१ पर्यंत काम केले. हा मराठी सत्तेच्या अत्यंत उलाढालीचा-गोंधळाचा व राजकीय अस्थिरतेचा काळ होता. त्याने पुणे दरबारात घडत असलेल्या अंत:स्थ कलह घडामोडींकडे-उठाठेवींकडे अत्यंत शांतपणे व धूर्तपणे एखाद्या त्रयस्थाप्रमाणे तटस्थवृत्तीने कानाडोळा केला. पण गुप्तरीत्या ही सर्व माहिती मिळवून ठेवली होती; तथापि त्याने कटाक्षाने यात कोणत्याही प्रकारचा हस्तक्षेप न करण्याचे धोरण अंगीकारले होते. या संदर्भातील त्याने ईस्ट इंडिया कंपनीकडे पाठविलेले खलिते पाहता, ते सर्व अतिशय सूज्ञ विचाराचे फलित असून शिष्टाचारास धरून

लिहिलेले आढळतात. त्याला नाना फडणीस या व्यक्तीबद्दल नितांत आदर होता आणि त्याच्या पुण्यातील वास्तव्यात व कारकिर्दीतच या थोर मुत्सद्याचे इ.स. १८०० मध्ये निधन झाले. त्यांच्या मृत्यूविषयी ईस्ट इंडिया कंपनीला ही दुःखद वार्ता कळविताना तो आपल्या खलित्यात लिहितो, ''नानांच्या जाण्यामुळे नानांबरोबर मराठा साम्राज्याची बुद्धिमत्ता (शहाणपण) व शान नष्ट झाली आहे.'' पुढे इ.स. १८०१ मध्ये सर बॅरी क्लोज याची पुण्याचा रेसिडेंट म्हणून नियुक्ती करण्यात आली आणि कर्नल पामर याला लष्करी सेवेत पुन्हा पाठविण्यात आले. त्याने यानंतर मोंघीरची यशस्वी लष्करी मोहीम हाताळली आणि पुढे इ.स. १८१४ मध्ये २० मे ला त्याचे बऱ्हाणपूर येथे निधन झाले. सर बॅरी क्लोज हा पुणे दरबारातील कंपनी सरकारने नियुक्त केलेला तिसरा वकील वा रेसिडेंट होय. त्याने प्रथम कंपनी सरकारच्या लष्करात इ.स. १७७२ मध्ये प्रवेश मिळविला आणि त्यानंतर दुसऱ्याच वर्षी तो इंडियन –युरोपियन पलटणीत शिरला. सुरुवातीस इंग्रज–म्हैसूर युद्धात त्याने कर्नाटकात चांगली कामगिरी केली होती. पुढे त्याने कंपनी सरकारच्या लष्करात अनेक उच्चपदे भूषविली. तसेच काही महत्त्वाच्या जागी काम करून मद्रासच्या लष्करी पलटणीत अडजुटन्ट– जनरल हे पद मिळविले आणि टिपू सुलतानविरुद्धच्या अटीतटीच्या युद्धात विशेष शौर्य व कामगिरी केली. श्रीरंगपटनमच्या टिपूविरुद्धच्या इ.स. १७९९ मधील वेढ्यात आणि ते हस्तगत करण्यात त्याने बहुमोल मदत केली आणि लष्करी डावपेचांचे दिग्दर्शन केले. त्यामुळे मार्क्विस वेलस्लीने त्याची बुद्धिमत्ता, कौशल्य, चिकाटी आणि महत्त्वाचे म्हणजे कानडीभाषेचे ज्ञान व संवाद करण्याची कला इत्यादींचा विचार करून त्याची म्हैसूर दरबारात वकील म्हणून नेमणूक केली होती. बॅरी क्लोज याला कानडीच्या सम्यक ज्ञानाबरोबरच कर्नाटकातील मूळ रहिवाशांच्या चालीरीती– रूढी, सण–उत्सव यांची चांगली जाण होती–माहिती होती. त्याच्या तेथील प्रशंसनीय व स्पृहणीय सेवेचा विचार करून ईस्ट इंडिया कंपनीने–तिच्या संचालक मंडळाने (बोर्ड ऑफ डायरेक्टर्स) त्याचा सन्मान करून त्यास सुमारे तीनशे गिनी किंमतीची एक तलवार बक्षीस दिली होती. बॅरी क्लोजने कर्नाटकात म्हैसूर संस्थानात वकिलीच्या कारकिर्दीत शांतता व सुव्यवस्था आणून स्पृहणीय कामगिरी केली असल्यामुळे त्यावेळी संस्थानचा कारभार

आदर्शवत झाला होता. त्याची स्मृती जागृत ठेवण्यासाठी संस्थानातील एका ग्रामीण भागाला 'क्लोज-पेठ' हे नाव देऊन त्याची स्मृती चिरस्मरणीय करण्यात आली. आजही हे शहर म्हैसूर संस्थानातील एक भरभराटलेले स्थान म्हणून प्रसिद्ध आहे. त्याची नेमणूक पेशव्याच्या दरबारातील कंपनी सरकारचा रेसिडेंट म्हणून पुण्यात इ. स. १८०१ मध्ये झाली आणि या पदावर त्याने इ.स. १८१०पर्यंत काम केले व वकिलातीचा कार्यभार सांभाळला. पुण्यात असताना त्याने ब्रिटिश ईस्ट इंडिया कंपनीबरोबर म्हणजे इंग्रजांशी दुसरे बाजीराव पेशवे यांना बेसीनचा तह करण्यास उद्युक्त केले आणि इंग्रज-मराठे यांत दि. ३१ डिसेंबर १८०२ रोजी तहावर रीतसर स्वाक्षऱ्या झाल्या. बॅरी क्लोज हा कसलेला राजनीतिज्ञ- मुत्सद्दी होता तसाच तो विचारवंत सद्‌गृहस्थ-सद्‌वर्तनी असामी होता. जी माणसे त्याच्या सहवासात आली, ज्यांच्याशी त्याचा परिचय झाला होता, अशी माणसे त्याच्याविषयी फार आदरपूर्वक बोलत, चांगले मत व्यक्त करीत होती. जेम्स मॅकिंटोश हा त्याला पुण्यात इ.स. १८०८ मध्ये भेटला. तो त्याच्याविषयी लिहितो, "मी प्रथमच आश्चर्यचकित झालो आणि पुढे कर्नल क्लोजच्या व्यक्तिमत्वाने दीपून गेलो. त्याच्याकडे भपकेबाज असे काहीच नाही. तो अत्यंत साधा, सावध आणि सौम्य स्वभावाचा आहे; मात्र तो आपल्या धोरणात आणि प्रसंगोपात्त उद्‌भवणाऱ्या संकटांशी मुकाबला करण्यात वाकबगार तसाच दृढनिश्चयी आहे. तो कोणतीही गोष्ट शांतपणे ऐकून घेतो, आपल्याला पूर्णतः कार्यमग्न ठेवतो. त्याच्यात एक प्रकारची निश्चयी वृत्ती-प्रवृत्ती आहे. तिचा तो उपयोग धोरणात्मक निर्णय घेण्याच्या वेळी पूर्ण शक्तिनिशी करतो. तो एक श्रेष्ठ असामी असून सामान्य व्यक्तींना सहज आपल्या कह्यात आणतो." त्याचे जेव्हा निधन झाले, तेव्हा मौंट स्ट्युअर्ट एल्फिन्स्टन याने लिहिलेल्या एका पत्रात तो लिहितो, "मला अशी शंका येते की अशा प्रकारच्या अनेक गुणांचा समुच्चय त्याच्या मागे राहील का? त्याची व्यक्तिरेखा बळकट बांध्याची, ताठ शरीरयष्टीची आणि कष्टमय अशी होती. त्याचे विचार स्पष्ट असून कोणतेही श्रम करण्यास तो तत्पर होता. त्याची तात्त्विक बैठक अचल होती आणि समजुतदारपणा बिनतोड होता. शिवाय त्याचे धैर्य डळमळीत नव्हते. त्याला छानछोकीपणा व मौजमजा यांविषयी तिरस्कार होता. त्याने सार्वजनिक सेवेला पूर्णतः वाहून घेतले होते" असे हे

एकूण सर बॅरी क्लोजचे व्यक्तिमत्त्व होते. ते आपल्या राष्ट्रातील व जमान्यातील लोकांपेक्षा वेगळे प्राचीन रोममधील एका थोर सेनापतीला शोभेल असेच होते.

कर्नल क्लोजने पुणे दरबाराशी मैत्रीपूर्ण संबंध ठेवले होते. त्याने पौर्वात्येकडील एतद्देशीयांचे शिष्टाचार, वागणुकीचे संकेत आणि चालीरीती आत्मसात केल्या होत्या आणि एद्देशीयांशी वागण्याची, बोलण्याची ढब आचरणात आणली. त्यांच्या रूढी-चालीरीती यांचे पालन केले. त्याच्या कारकिर्दीच्या वेळी पुणे रेसिडन्सी ही वास्तू सुंदर व आकर्षक होती. ''त्याने तयार केलेल्या बागा-उद्याने'' याविषयी लिहिताना लॉर्ड व्हॅलेन्शिया म्हणतो, ''मुठा नदीच्या काठी असून या ठिकाणी मुळा-मुठा नद्यांचा संगम आहे. या शोभादायक स्थळी सायप्रस आणि फळांची अनेक झाडे-वृक्ष आहेत. किंबहुना या वृक्षांनी हे स्थळ अलंकृत झाले आहे. अशा या रम्य स्थळावर एक सुरेख बंगला बांधलेला आहे. तिथे सकाळची न्याहरी आणि दुपारचे जेवण मिळते, या बंगल्याच्या एका कोपऱ्यात अंगळमंगळ करणाऱ्यांसाठी बिलियर्ड खेळण्याचे टेबल आहे. कर्नलने अतिशय सुरेख असे टेबल ठेवले. या टेबलावर बीफ कधीच वाढले जात नाही; कारण येथील स्थानिक नागरिकांचा त्याला विरोध आहे, ते त्यांच्या धर्मभावाना प्रक्षुब्ध करणारे आहे. जेव्हा होळकराचा येथे (पुण्यात) मुक्काम होता, तेव्हा त्याचा येथील पठाण पलटणीवर फारसे नियंत्रण नव्हते, त्यामुळे हिंदूंना पूज्य असलेल्या प्राण्याची(गायीची) कत्तल नेहमीच होत असे.'' रेसिडेन्सीच्या ठिकाणी जो भव्य बंगला बांधला होता, त्याचे श्रेय कर्नल क्लोजकडे जाते, कारण त्याने इ.स. १८०४ मधील मराठे-इंग्रज युद्धाची समाप्ती झाल्यानंतर दुसऱ्या बाजीरावाच्या मदतीने त्या स्मरणार्थ ती वास्तू उभी केली होती. कर्नल क्लोज इ.स. १८१० मध्ये निवृत्त झाला आणि मायदेशी म्हणजे इंग्लंडला गेला. त्यावेळी मद्रास गव्हर्नमेन्टने त्याने केलेल्या वैशिष्ट्यपूर्ण व दर्जेदार सेवेचे कौतुक केले. त्याचे इ.स. १८१३ मध्ये निधन झाले. ईस्ट इंडिया कंपनीच्या संचालक मंडळाने इ.स. १८१८ मध्ये त्याच्या स्मरणार्थ एक सुरेख स्मारक मद्रास मधील फोर्ट सेंट जॉर्ज येथील सेंट मेरी चर्चच्या परिसरात उभे केले (बांधले).

सर बॅरी क्लोजनंतर पुण्याच्या रेसिडन्सीत मौंट स्ट्युअर्ट एल्फिन्स्टन इ.स. १८१० मध्ये रूजू झाला. तो पूर्वी इ.स. १८०१ मध्ये बॅरी क्लोजचा सहायक

होता. मौंट स्ट्युअर्ट एल्फिन्स्टनचे जीवन वैचित्रपूर्ण व कुतूहलयुक्त आहे व विविध वैशिष्ट्यपूर्ण घटनांनी संपन्न झाले होते; परंतु त्याची तपशीलवार माहिती येथे देणे शक्य नाही. एल्फिन्स्टन अगदी कुमारवयात ईस्ट इंडिया कंपनीच्या सेवेत दाखल झाला आणि विविध पदांवर काम करून तो अखेरीस इ.स. १८०१ मध्ये पुण्यास आला. त्यावेळी दुसरा बाजीराव पेशवा मराठ्यांच्या गादीवर होता आणि मराठा मंडळाची, राज्यमंडळाची, राज्यसंघाची बरीच अधोगती झाली होती. पेशवाईची शान अधोगतीला लागली होती. पेशव्यांचे प्रमुख सरदार शिंदे आणि होळकर यात वैमनस्य निर्माण झाले होते. त्यामुळे बाजीराव पेशवे यांनी शिंदे आणि त्यांचे मित्र नागपूरचे राजे यांच्याबरोबर युद्ध पुकारले. सामान्यतः जनरल वेलस्ली हा स्वतः युद्धभूमीवर सर्व सूत्रे धारण करीत असे. मात्र यावेळी तरुण एल्फिन्स्टन हा त्याच्या चमूत, लष्करातील कर्मचाऱ्यांत होता. असईच्या लढाईच्या वेळी म्हणजे दि. २३ सप्टेंबर १८०३ रोजी एल्फिन्स्टन हा वेलस्लीच्या बाजूला होता आणि त्याची पत्रे पाहिली, तर त्यात त्यावेळच्या कृतीचे नवचैतन्यमय वर्णन आढळते. सुर्जी अंजनगावच्या तहाने मराठ्यांबरोबर शांतता प्रस्थापित झाली आणि जनरल वेलस्लीच्या शिफारशीवरून एल्फिन्स्टनची इ.स. १८०४ मध्ये अत्यंत महत्त्वाच्या अशा नागपूरच्या रेसिडेंटपदी नियुक्ती करण्यात आली. त्या पदावर तो इ.स. १८०८ पर्यंत कार्यरत होता. वेलस्लीने त्याच्या लष्करातील महत्त्वाच्या कार्याबद्दल त्याचे कौतुक तर केलेच पण लष्करी मोहिमेत त्याचे विशेष गुण प्रकर्षाने जाणवले. त्याने पाठविलेल्या खलित्यांपैकी एकात असे लिहिले आहे की, एल्फिन्स्टनचा एकूण व्यवसाय-निवड चुकली असून खरे तर तो हाडाचा लष्करी शिपाई आहे! पुढे इ.स. १८०८ मध्ये एल्फिन्स्टनची काबूलच्या अफगाण दरबारामध्ये वकील (राजदूत) म्हणून नेमणूक करण्यात आली. त्यामागे इंग्रजांचा प्रभाव तिथे निर्माण करावयाचा ईस्ट इंडिया कंपनीचा उद्देश होता. काबूलहून त्याचे मिशन परत मुंबईला आल्यानंतर त्याची इ.स. १८१० मध्ये पुण्याला पेशवे दरबारात (राज्यकारभारात) सल्ला देणारा ब्रिटिश अधिकारी, रेसिडेंट म्हणून नियुक्ती करण्यात आली.

एल्फिन्स्टनची पुण्यातील लक्षवेधक-भरीव सेवा ही मराठी इतिहासातील उठून दिसणारी बाब आहे. दुसरा बाजीराव पेशवा हा दुबळा व दुर्गुणांच्या अधीन

गेलेला सत्ताधीश होता आणि तो पापभिरु होता. त्याने इ.स. १८१५ मध्ये बड्योद्याचा राजदूत गंगाधरशास्त्री याच्या खुनाकडे जाणूनबुजून डोळेझाक केली, त्यामुळे एल्फिन्स्टनला या प्रकरणात हस्तक्षेप करणे क्रमप्राप्त झाले. त्याने पेशव्यांकडे त्यांचा अत्यंत मर्जीतला असा त्र्यंबकजी डेंगळे याच्या रदबदलीची, काढून टाकण्याची मागणी केली, कारण तोच या खुनामागील प्रमुख आरोपी असावा, असा सर्वांचा होरा होता. पेशव्यांनी टाळाटाळ केली आणि मग पुणे दरबार आणि इंग्रज यांत राजकीय संघर्षाला सुरुवात झाली. एल्फिन्स्टनला पेशव्यांच्या विश्वासार्हतेबद्दल साशंकता निर्माण झाली आणि त्याने नवीन तहाची मागणी केली. तेव्हा पेशवे आणि इंग्रज यात १० मे १८१६ रोजी शांतता तहावर सह्या झाल्या, तथापि पेशव्याची इंग्रजाविरुद्ध कटकारस्थाने चालू होती. एवढेच नव्हे तर त्याने लष्करही वाढविले. साहजिकच वादळापूर्वीची शांतता संपली- पेशवा रेसिडेंसीचा संशय घेऊन त्याला लक्ष्य बनवू लागला. तेव्हा एल्फिन्स्टनने रेसिडेन्सीमध्ये संरक्षणार्थ लष्कराची जमवाजमव केली. लष्करी कुमक मागवून घेतली. पेशव्यांच्या सैन्याने दि. ५ नोव्हेंबर १८१७ रोजी रेसिडेन्सीवर हल्ला केला. एल्फिन्स्टन अगोदरच या धोक्याबाबत सावध होता. हा हल्ला होण्यापूर्वी काही तास अगोदर त्याने रेसिडेन्सी खाली करून (रिकामी करून) तो खडकी येथील लष्करी तळावर गेला होता. मराठ्याच्या सैन्याने रेसिडेन्सीवर हल्ला करून तिची नासधूस केली आणि नंतर ती पेटविली. त्यात तिथल्या अनेक वस्तू जळाल्या. त्यामध्ये मौंट स्ट्युअर्ट एल्फिन्स्टनच्या आवडत्या पुस्तकांची राखरांगोळी झाली आणि त्याची सर्व खासगी मालमत्ता नष्ट पावली. संध्याकाळच्या सुमारास कर्नल बरच्या नेतृत्वाखाली इंग्लिश फौजा तिथे पोहोचल्या आणि घनघोर लढाई होऊन त्यांच्या फौजेने अक्षरश: मराठ्यांना धुतले-उध्वस्त केले. या लढाईत पेशव्यांचा नंबर दोनचा सेनापती मोरो दीक्षित धारातीर्थी पडला आणि खुद्द श्रीमंत पेशवे पळून गेले. पुणे शहर इंग्रजांनी हस्तगत केले आणि ब्रिटिशांचा युनियन जॅक हा ध्वज पेशव्यांच्या शनिवारवाड्यावर फडफडू लागला.

खडकीच्या युद्धाने-लढाईने मराठी सत्तेला नामशेष केले आणि त्यानंतर झालेल्या राजकीय घटनांनी पेशव्यांच्या अखत्यारीतील सर्व भूप्रदेश इंग्रजांच्या अंमलाखाली आला. ईस्ट इंडिया कंपनीत विलीन झाला. एल्फिन्स्टनने

जिंकलेल्या प्रदेशाचा ताबा घेतला आणि नागरी शासन संघटित करून त्यात शांतता आणि सुव्यस्था आणण्यासाठी आपले कर्तृत्व, हुशारी आणि सर्व शक्ती खर्ची घातली (कामी लावली). हे कार्य अवघड आणि जिकिरीचे होते, तरी एल्फिन्स्टन याने अत्यंत कौशल्याने हे आवाहन यशस्वीरीत्या पार पाडले. पेशवाईच्या अवनतीनंतर एल्फिन्स्टन याने आपली प्रतिमा एक आदर्श प्रशासक म्हणून निर्माण केली. त्यामुळे महाराष्ट्रात त्याचे नाव एक सन्माननीय व्यक्ती म्हणून ख्यातनाम आहे. इ.स. १८१९ मध्ये त्याची मुंबईच्या गव्हर्नरपदी पदोन्नती देऊन नियुक्ती करण्यात आली. मुंबईचा गव्हर्नर म्हणून एल्फिन्स्टनने लोकप्रियता आणि सर्व उपक्रमात यश मिळवले. इ.स. १८२७ मध्ये तो या पदावरून निवृत्त झाला आणि पुढे दि. २० नोव्हेंबर १८५९ रोजी त्याचे स्कॉटलंड मधील हुडहूक येथील निवासस्थानी निधन झाले.

संगम ही रेसिडेन्सी एल्फिन्स्टनने चांगलीच सुधारली. त्या परिसरात विद्यमान सायन्स कॉलेजच्या जवळचे क्रीडांगण होते. तद्वतच संगम लॉजला लागून असलेली इंग्लिश लोकांची स्मशानभूमी होती. रेसिडेन्टच्या एकूण वास्तूंत पाच बंगले होते आणि रक्षक आणि हलकी फुलकी कामे करणारे सेवक यांसाठी काही पडघरे होती. विद्यमान रेसिडेन्सीची वास्तू हे अगदी आधुनिक बांधकाम असून ती जुन्या रेसिडेन्सीच्या अवशेषांवर बांधलेली आधुनिक वास्तू आहे. आजही ती वास्तू कुतूहल जागृत करते; कारण त्याला ऐतिहासिक झालर आहे आणि तिथे सृष्टिसौंदर्याच्या दृष्टीने वृक्षवल्ली आहेत. शिवाय या रेसिडेन्सीचा अंतर्भाव पुण्याच्या प्राचीन ऐतिहासिक पुरातत्त्वीय स्मारकांत केला आहे.

◆◆◆

प्रकरण ५

शिंद्यांची छत्री

शिंद्यांची छत्री किंवा समाधी ही पुण्यातील एक ऐतिहासिक वास्तू असून तो पुणेकरांच्या अत्यंत जिव्हाळ्याचा विषय आहे. पुण्याजवळच्या वानवडी या गावाच्या आग्नेयेकडील एका कोपऱ्यात बहिरोबा नावाच्या ओढ्याच्या डाव्या काठावर शिंद्यांची छत्री आहे. वानवडी हे खेडे पुण्याच्या पूर्वेस सुमारे पाच किमी. वर वसले आहे. येथेच महादजी शिंदे यांचे निधनानंतर दिनांक १२ फेब्रुवारी १७९४ रोजी दहन करण्यात आले. विधिपूर्वक धर्मसंस्कार करून महादजींच्या पार्थिव देहाचे दहन ज्या ठिकाणी केले, त्याच पवित्र ठिकाणी ग्वाल्हेरच्या संस्थानिकांनी छत्री बांधली. परवा परवापर्यंत वानवडीत नीटनेटकी सर्वसाधारण वास्तू म्हणता येईल असे बांधकाम झालेले नव्हते; परंतु लहान लहान घरे असलेली एक तटबंदीयुक्त खेडवजा वस्ती होती. तिलाच लोक शिंद्यांची छत्री म्हणत. तिच्यात एक मारुती मंदिर आणि महादेव मंदिर अशी छोटी दोन गर्भगृहे होती. ही छोटी वस्ती महादजींच्या निधनानंतर तिथे अस्तित्वात आली असावी. महादजींचे दत्तक चिरंजीव आणि ग्वाल्हेर संस्थानचे भावी वारस दौलतराव शिंदे यांनी सवाई माधवराव पेशवे यांना महादजींच्या पार्थिव देहास ज्या ठिकाणी अग्नी दिला, ती जागा आपल्या दत्तक पित्याच्या समाधीसाठी मागितली. पेशव्यांनी दि. ५ सप्टेंबर १७९५ रोजी त्यांच्या विनंतीला मान देऊन त्याप्रमाणे कारभाऱ्यांना आज्ञा दिली. नंतर दौलतरावांनी त्या ठिकाणी बांधकामास सुरुवात केली; पण इमारतीचे बांधकाम रखडले आणि ती त्यावेळी अपूर्णच राहिली. पुढे दहा वर्षांनी सर जेम्स मॅकिंटोश या ब्रिटिश सेनाधिकाऱ्याने इ.स. १८०५ मध्ये या स्थळाला भेट दिली आणि तेथील एकूण परिस्थितीची पाहणी करून तत्संबंधीच्या नोंदी आपल्या दैनंदिनीत लिहून ठेवल्या होत्या.

या वास्तुविषयी तो म्हणतो, ''आम्ही ब्रिटिशांच्या लष्करी तळाकडे (छावणीकडे) जात असताना एका संस्मरणीय स्थळाला भेट दिली. येथे महादजी शिंदे यांच्या स्मारकाचे अर्धवट बांधकाम आमच्या नजरेस आले. कदाचित ते मराठ्यांच्या यादवी संघर्षात अपुरे राहिले असावे आणि सध्यातरी ते पूर्ण करण्याचा कुणाचा मानस दिसत नाही; मात्र तेथील घडीव दगडी काम नजरेत भरते आणि जे काही विहित बांधकाम योजलेले असावे, ते निश्चितच सुंदर असणार! स्मारकाच्या पायाच्या थोडे वर उत्फुल्ल कमळांचे सुरेख रचनाबंध नक्षीदार वळणात कोरले होते. त्याचा आमच्यापैकी कुणालाही अर्थ समजेना, तसेच या रूपाकचे प्रयोजन काय याचाही उलगडा होईना. या स्मारकाच्या अगदी जवळच एक झोपडी होती, तिथे काही काळ या पराक्रमी व थोर नेत्याच्या अस्थी जतन करून ठेवल्या होत्या. हे स्मारक म्हणजे एक लहान पॅगोडा सदृश वास्तु-मंदिर असून प्रमुख देवतेच्या जागी महादजी शिंदे यांची तसबीर ठेवली होती. हे व्यक्तिचित्र झोफनी नावाच्या चित्रकाराने काढले होते. ते मुंबई येथील गव्हर्नमेंट हाऊसमधील चित्राबरहुकूम दिसते. या चित्रासमोर चोवीस तास नंदादीप तेवत ठेवलेला आहे आणि ग्वाल्हेरच्या महाराजांचा एक वृद्ध सेवक नित्यनियमाने या चित्राला (महादजींना) गंधफुले वाहतो आणि नैवेद्यही दाखवितो. त्याची श्रद्धा आणि इमानीपणा मला फारच आवडला. तिथे मला असे सांगण्यात आले की, या छोट्याशा स्मारक-मंदिराला पूजेअर्चेसाठी आणि तेथील सेवकाच्या निर्वाहार्थ अग्रहार म्हणून काही जमीन दिली आहे. त्यातून कसाबसा या पुजारी सेवकाचा मेहनताना आणि पूजा साहित्य भागत असे. महादजींचे झोफनी या चित्रकाराने काढलेले व्यक्तिचित्र ही कदाचित तेथील एकमेव युरोपियन कलाकृती असावी आणि ती सर्वांच्या कौतुकाची व आदराची बाब ठरली आहे. या चित्राने तिथे एक सन्मान मिळविला आहे; तथापि या दिव्यरूपात जाण्यास स्वत: महादजींनी संमती दिली असती का? हा प्रश्नच आहे.''

या वर्णनावरून हे स्पष्ट दिसते की, पुण्यात महादजी शिंदे यांचे निधन झाले. त्या पाठोपाठ काही महिन्यानंतर मराठ्यांमध्ये अंतर्गत कलहला तोंड फुटून यादवी युद्धास प्रारंभ झाला आणि त्यातून गोंधळाची परिस्थिती उद्‌भवली. त्यामुळे दौलतराव शिंदे यांनी महादजी शिंदेचे हाती घेतलेले स्मारकाचे बांधकाम त्यांना

नाईलाजास्तव थांबविणे भाग पडले. अखेर दौलतराव दक्षिणेतून ग्वाल्हेरला गेल्यानंतर या अर्धवट राहिलेल्या बांधकामाकडे अनेक वर्षे दुर्लक्षच झाले. अखेर १८३० मध्ये किंवा त्या सुमारास महादजींचे पणतू महाराज जानकोजी शिंदे यांनी या स्मारकाचे-समाधीचे बांधकाम पूर्ण करण्याचे ठरविले आणि त्या दृष्टीने काही हालचाली केल्या; परंतु दुर्दैवाने त्यांचेही १८४२ मध्ये निधन झाले आणि हे बांधकाम अपुरेच राहिले; मात्र त्यावेळेपासून या समाधीस वार्षिक रु. ३५००/- एवढी रक्कम ग्वाल्हेर दरबारातून कायमची नेमून दिली गेली. त्याचा विनियोग दररोजची पूजाअर्चा, गोरगरिबांना अन्नदान विशेषत: महादजींच्या फेब्रुवारीमध्ये येणाऱ्या पुण्यतिथीला करण्यात येते.

अलीकडे ग्वाल्हेरचे अत्यंत उत्साही, उमदे व जाणकार अधिपती श्रीमंत माधवराव शिंदे हे पुण्याला आले असताना त्यांनी वानवडीच्या जीर्णशीर्ण स्मारकाला आवर्जून भेट दिली आणि आपल्या या पराक्रमी व सुविख्यात पूर्वजांच्या स्मारकाची दुर्दशा प्रत्यक्ष पाहिली. त्यावेळी त्यांना आपल्या या थोर पूर्वजांची स्मृती अवश्य चिरंतन ठेवली पाहिजे आणि त्यासाठी आपण काहीतरी विधायक पाऊल उचलले पाहिजे, अशी भावना झाली नव्हे, ते आपले आद्य कर्तव्य आहे. म्हणून या दानशूर राजाने या स्मारकाच्या पुनर्बांधणीसाठी बहुमोल देगणी दिली. परिणामत: या घसघशीत आर्थिक साह्यातून विद्यमान सुरेख शंक्वाकृती प्रमाणबद्ध अशी प्रशस्त छत्री (वास्तू) आकाराला आली, उभी राहिली. आज वानवडीला भेट देणाऱ्या पर्यटकांची ती आकर्षण बनली असून याचे सर्व श्रेय त्या उदार अंत:करणाच्या दानशूर ग्वाल्हेरच्या मराठा राजपुत्राकडे जाते. त्यांचा पूर्वजांबद्दलचा आदर आणि सार्थ अभिमान या एका कृतीतून दृग्गोचर होतो. ही देखणी आणि उठावदार वास्तू ग्वाल्हेरचे महाराज श्रीमंत माधवराव शिंदे यांनी महादजी शिंदे यांच्या पार्थिव देहास ज्या जागी अग्नी दिला, त्या स्थळीच बांधली आहे. ती घडीव दगडी तटबंदीच्या फरसबंदी प्रशस्त चतुष्कोणी प्रांगणाच्या मध्यभागी आहे. त्याला पूर्वाभिमुख भव्य प्रवेशद्वार असून दिंडीदरवाजा ठेवला आहे. द्वारावर सज्जा आणि गजशीर्षांवर विराजमान झालेली छोटी दालने (पॅव्हेलियन्स) आहेत. या सर्वांवर नौबतखाना आहे. या छत्रीच्या आतील बाजूस मंद प्रकाशात झळकणारे लहान गर्भगृह आहे आणि त्यातील एका मोठ्या कोनाड्यात ज्यांच्या सन्मानार्थ हे स्मारक बांधले, त्या महाराजा महादजी

शिंदे यांचा पुतळा आहे.

हे आपणास मुद्दाम सांगितले पाहिजे की, जे महादजींचे व्यक्तिचित्र सर जेम्स मॅकिंटोशने या ठिकाणी पाहिले आणि ते झोफनी या चित्रकाराने काढले असावे, असा निर्देश आपल्या दैनंदिनीत (डायरीत) केला आहे, ते सांप्रत या ठिकाणी आढळत नाही. ते कदाचित विद्यमान ग्वाल्हेरच्या महाराजांनी ग्वाल्हेरला नेले असावे. कारण एक मूल्यवान ऐतिहासिक अवशेष म्हणून त्याचे मूल्य वादातीत होते. त्याचे काळजीपूर्वक जतन झाले पाहिजे ही त्यामागे भावना असावी. या चित्राचे छायाचित्र लेडी व्हिक्टोरिया मॅनर्स या बाईनी जॉन झोफनीवर लिहिलेल्या चरित्रात्मक पुस्तकात दिले आहे. या चित्राविषयी प्रस्तुत पुस्तकात त्या लिहितात-

" एका लक्षणीय व्यक्तिचित्राचा या ठिकाणी उल्लेख केला पाहिजे. महादजी शिंदे जेव्हा आग्रा येथे मुक्कामास होते, त्यावेळी जॉन झोफनीने महादजी शिंदे यांचे व्यक्तिचित्र रेखाटले असावे. या चित्राखाली माधवराव शिंदे, द मराठा जनरल -१७५९-१७९५ असे चित्रवर्णन आहे. महादजींनी इ.स. १७८९ मध्ये जेव्हा दिल्ली काबीज केली, त्या घटनेचा उल्लेख सर जेम्स मॅकिंटोश यांनी इ.स. १८०५ मध्ये पुण्याला भेट दिली असता लिहिलेल्या वार्तापत्रात दिला आहे." परंतु प्रस्तुत ग्रंथ लेखकास या संदर्भात चौकशी केली असता, असे समजले की, हे झोफनीचे-त्याने काढलेले मूळ चित्र नव्हते; मात्र प्रसिद्ध तत्कालीन चित्रकार जेम्स वेल्स याची ओळख सवाई माधवराव पेशव्यांशी पुण्याचा त्या वेळचा ब्रिटिश रेसिडेंट सर चार्ल्स मॅलेट याने करून दिली होती, त्यावेळी महादजी शिंदे पुणे दरबारात होते आणि पेशवे दप्तरातील त्या काळाविषयीची विश्वासनीय माहिती देणारी कागदपत्रे पाहिली असता, असे दिसते की, निःसंशयपणे सवाई माधवराव, नाना फडणीस, महादजी शिंदे आणि अन्य काही मराठे सरदार यांनी जेम्स वेल्स या चित्रकाराला उदार आश्रय दिला होता. तत्कालीन इ.स. १७९४ च्या एका पत्रात असे म्हटले आहे की, "महादजी शिंदे यांनी ज्या कलाकाराला या रेखाटनासाठी गुंतविले होते, त्याने श्रीमंत माधवराव पेशव्यांची भेट घेऊन त्यांना महादजी शिंदे यांचे व्यक्तिचित्र दाखविले होते, महादजी शिंदे यांचा कारकून भिवाजीपंत (महादजींच्या

मृत्यूनंतर पेशव्यांना असे सुचवितो की पाटील बाबांच्या निधनानंतर अनेकांना अतीव दुःख झाले) वेल्स या चित्रकाराला फार दुःख झाल्याचे नोंदवितो. त्यावेळी पेशवे दुःखीकष्टी होऊन म्हणाले की, ''पाटीलबाबा हे गुणीजनांचे आश्रयदाते होते आणि त्यांची कुणीही बरोबरी करणे यापुढे शक्य नाही.'' या पत्रव्यवहारातील सर्व नोंदीवरून असे दिसते की, महादजी शिंद्यांचे व्यक्तिचित्र हे जेम्स वेल्स किंवा त्याच्या पदरी हाताखाली असणाऱ्या अन्यसहायक चित्रकाराने काढले असावे. कारण महादजी शिंदे पुण्यात असताना त्यांनी आपले चित्र काढण्यासाठी या चित्रकाराला आश्रय दिला होता. प्रस्तुत ग्रंथ लेखकाकडे सुदैवाने या थोर व्यक्तीचे वेल्स याने काढलेले मूळ अस्सल व्यक्तिचित्र असून त्याचे छायाचित्र या पुस्तकात अंतर्भूत केले आहे. जेम्स वेल्स आणि त्याचा सहायक चित्रकार रॉबर्ट महॉन यांनी पुण्यातील तत्कालीन अनेक प्रसिद्ध व मान्यवर सरदार –जहागीरदारांची व्यक्तिचित्रे रेखाटली होती. त्यांपैकीच हे एक महादजी शिंदे यांचे व्यक्तिचित्र असावे, यात संदेह नाही.

महादजी शिंदे यांचे नाव मराठ्यांच्या इतिहासात एक पराक्रमी मुत्सद्दी आणि ख्यातकीर्त सेनापती म्हणून प्रसिद्ध आहे. त्यांचे वडील राणोजी हे मूळचे सातारा जिल्हातील कण्हेरखेड या लहानशा गावचे गावकामगार पाटील! ते पेशव्यांच्या लष्करात पराक्रम आणि मालकांवरील निष्ठा या विशेष गुणांमुळे सन्मानदर्शक पदावर चढले. अल्पकाळातच त्यांनी आपल्या अंगच्या उपजत विलक्षण गुणांमुळे व पराक्रमाने आपले धनी पहिले बाजीराव पेशवे यांची मैत्री संपादन केली. बाजीरावाने राणोजींना माळव्यातील जहागीर दिली आणि त्यांची प्रतिष्ठा वाढविली. राणोजींचा जेष्ठ मुलगा दत्ताजी आणि नातू जयाप्पा व जानकोजी हेही या घराण्यातील शूर व पराक्रमी योद्धे होते. त्यांनीसुद्धा उत्तर हिंदुस्थानातील राजपुतांबरोबरच्या लढायांत तसेच मोगलांच्या विरुद्ध झालेल्या लढायांत नेत्रदीपक कामगिरी बजावली होती. त्या तिघांनाही युद्धभूमीवर वीरमरण आले होते. ते युद्धात मारले गेले.

राणोजींचे महादजी शिंदे हे सर्वांत कनिष्ठ पुत्र! ते पानिपतच्या तिसऱ्या लढाईत (इ.स. १७६१) हजर होते आणि तेथील धुमश्चक्रीत मराठ्यांचा दारुण पराभव होत असताना जबर जखमी होऊन ते लंगडे झाले होते. राणेखान नावाच्या एका मुसलमान भिस्त्याने त्यांना या मृत्यूच्या दाढेतून बाहेर काढले.

महादजींनी त्यास भाऊ मानून पुढे सरदारकी दिली. या घटनेनंतरचे त्यांचे चरित्र आणि चारित्र्य व त्यांनी संपादन केलेले विजय, गाजविलेली महत्कृत्ये व पराक्रम केवळ असामान्य नसून आश्चर्यकारक ठळक घटना होत. त्यामुळे छत्रपती शिवाजी महाराजांनंतर त्यांचे नाव एक थोर मराठा मुत्सद्दी आणि शूर योद्धा म्हणून इतिहासात अजरामर झाले आहे. त्यांनी उत्तरेकडील विस्तृत प्रदेशावर आपले स्वामित्व प्रस्थापित केले आणि औरंगजेबाच्या मृत्यूनंतर कोणत्याही जहागीरदाराने मराठी सत्तेचे जेवढे संघटन केले नाही, ते महादजी शिंदे या केवळ एका व्यक्तीने केले. मराठ्यांच्या विशेषत: पेशव्यांच्या भूसेनेत कार्यशील असलेल्या मेजर टोन या इंग्लिश सेनापतीचे महादजी शिंदे यांच्याशी व्यक्तिगत पातळीवर मैत्रीपूर्ण संबंध होते. तो त्यांच्याविषयी लिहिताना म्हणतो, ''महादजी शिंदे हे मराठा साम्राज्यातील एकमेव असे सेनापती होते की, ज्यांनी युरोपियन धर्तीवर आपल्या लष्कराची शिस्तबद्ध, पद्धतशीर व परिणामकारक बांधणी केली होती आणि लष्करात सर्व जातिधर्माचे लोक घेऊन ते वाढविले होते. ते अतिशय उदार अंत:करणाचे, कडक शिस्तीचे व अत्यंत महत्त्वाकांक्षी होते. दक्षिण हिंदुस्थानात परतण्याच्या वेळी म्हणजे इ.स. १७९१ मध्ये ते मोगल बादशहाचे प्रत्यक्ष वझीर बनले होते आणि पुण्यास पेशव्याचा प्रमुख कारभारी (दिवाण) होण्याच्या इराद्याने आले होते. त्यांना आपल्या स्वत:च्या कार्यक्षमतेबद्दल व पराक्रमाबद्दल सार्थ अभिमान व विश्वास होता. खरोखरीच ते पेशव्याचे दिवाणपद मिळविण्यात यशस्वी झाले असते; तर त्यांच्याकडे बादशहानेही जे अधिकार भोगले नव्हते, एवढे मोठे अधिकार आले असते; कारण या सुमारास मराठ्यांचे साम्राज्य सर्वोच्च शिखरावर पोहोचले होते. अखिल हिंदुस्थानात मराठी सत्तेचा दबदबा निर्माण झाला होता. अशा प्रकारची उच्च धोरणे धारण करणाऱ्या या व्यक्तीला सर्वसामान्य प्रकारची स्वप्ने कधीच पडत नसतात. त्यांना काही तरी भव्य दिव्य करावे, असे वाटत असावे आणि त्यांनी मिळविलेले विजय, मानसन्मान हे त्यांनी अंगीकारलेल्या महान कार्याचे द्योतक होते. त्यांनी आग्रा येथे ओतकामाचे कारखाने काढले. त्यातून त्यांनी तोफा बनविल्या आणि स्वत:ला लागणारी शस्त्रास्त्रे तयार करून घेतली. युरोपियन कवायती सैन्याची शिस्त पाहून त्यातील काही अधिकाऱ्यांना आपल्या लष्करात सेवेस येण्याचे आवाहन केले. या सर्वांत महत्त्वाचे म्हणजे ते

एवढे नशिबवान व सुदैवी होते की, त्यांना डी बॉईनसारख्या कुशल, चाणाक्ष व रणनीतीचे बारकावे माहीत असलेला धुरंधर फ्रेंच लष्कर सेनाधिकारी लाभला. तो अधिकारी म्हणून श्रेष्ठ दर्जाचा तर होताच. शिवाय त्याची तत्कालीन राजकीय घडामोडी व युद्धभूमीवरील चपल हालचालींची जाणकारी स्पृहणीय होती. त्याचे युद्धक्षेत्रावरील प्रसंगावधान आणि निर्णयक्षमता यांचाही महादजींना उपयोग झाला होता. त्यामुळेच महादजी शिंद्यांनी डी बॉईनच्या मागदर्शनाखाली तयार झालेल्या शिस्तबद्ध कवायती सैन्याच्या जोरावर आपल्या जहागिरीचा विस्तार जवळ जवळ दुपटीने केला होता आणि मराठ्यांचा एक मातब्बर व सन्माननीय सरदार म्हणून नावलौकिक तर मिळविला होताच, पण उत्तर हिंदुस्थानात दराराही निर्माण केला होता.''

गुलाम कादीर यावरील इ.स. १७८८ मधील विजय आणि दिल्लीच्या तख्तावर पदच्युत केलेल्या मोगल बादशहाची पुन:स्थापना यांमुळे महादजींची प्रतिष्ठा आणि अधिकारवाणी सर्वमान्य झाली होती. वास्तविक दिल्लीच्या मोगल राज्यसत्तेच्या तख्ताचे सर्वेसर्वा महादजी शिंदेच होते आणि नाममात्र बादशहा त्यांच्या मर्जीनुसार वागत असे. अशा प्रकारे दिल्लीवर कब्जा, राजस्थान व उत्तर हिंदुस्थानवर वर्चस्व प्रस्थापित करून महादजी जून १७९२ मध्ये पुण्यास पोहोचले. त्यांचा हेतू पेशव्यांना वकील-इ-मुतालिक किंवा मुख्य कारभारी या पदाची सनद, पोषाख देऊन त्यांची तहह्यात या पदावर नियुक्ती करावी आणि आपणाकडे मालकांच्या हातून (पेशव्यांकडून) कारभारीपद (उपमुख्यमंत्रिपद) घ्यावे. त्यासाठी त्यांनी संगमजवळ आपल्या छावणीत मोठा दरबार भरविला आणि अतिशय शाही दिमाखात वकील-इ-मुतालिक हे बिरुद सवाई माधवराव पेशव्यांना बहाल केले. ग्रँट डफ या इंग्लिश इतिहासकाराने या समारंभाविषयी तपशीलवार वर्णन आपल्या मराठ्यांच्या इतिहासावरील ग्रंथात केले आहे. तो म्हणतो,

''आपल्या वस्तीच्या छावणीपासून जवळच थोड्या अंतरावर पेशव्यांच्या तैनातीसाठी स्वंतत्र तंबू ठोकण्यात आले होते. पेशवे त्या तंबूकडे लवाजम्यासह चालत गेले. या तंबूच्या एका बाजूस एक स्वतंत्र दालन (सभागृह) होते. तिथे दिल्लीतील बादशहाच्या सिंहासनाच्या सदृश त्याच धर्तीवर एक बैठक (सिंहासन) तयार केली होती आणि त्यावर बादशहाची फर्माने, खिल्लत

(पोषाख) अधिकार प्रदान करावयाचा खास पोषाख आणि सर्व प्रकारची अधिकार ग्रहण करण्याची पदचिन्हे ठेवली होती. सवाई माधवराव पेशवे त्या सिंहासनाकडे जात असताना त्यांनी तीन वेळा लवून मुजरा केला, १०१ सुवर्ण मोहरा नझर म्हणून सिंहासनावर ठेवल्या आणि त्या सिंहासनाच्या डाव्या बाजूकडील बैठकीवर ते विराजमान झाले. त्यानंतर शिंद्यांच्या फार्सी सचिवाने त्या शाही फर्मानांचे वाचन केले आणि त्याबरोबरच गोवधास (गाई-बैल यांच्या कत्तलीस) मनाई करणारा हुकूमनामा मोठ्याने वाचला. त्यानंतर पेशव्यांनी खिल्लत स्वीकारली. त्यात एकूण नऊ पोषाखांचे प्रकार होते. शिवाय पाच हिऱ्यांचे उत्कृष्ट अलंकार आणि पिसे, एक तलवार व ढाल, एक टाक-दौत व ती ठेवण्याची तिवई, एक मुद्रा आणि दोन शाही मोर्चेले (चौऱ्या) एवढ्या वस्तू होत्या. सोबत एक नालकी (एक प्रकारची पालखी), एक पालखी, एक घोडा आणि हत्ती ही मानसन्मादर्शक वाहने होती. याशिवाय शाही निशाणी केलेले सहा हत्ती भेट म्हणून देण्यात आले. त्या निशाणीवर दोन चन्द्रकोरी (चान्द), दोन तारे, आणि मत्स्य व सूर्य यांच्या आज्ञादर्शक खुणा होत्या. पेशवे शेजारच्या एका तंबूत गेले आणि बादशहाने नजराणा दिलेली वस्त्रे (खिल्लत) परिधान करून आपल्या आसनावर बसले. त्यावेळी महादजी शिंदे, नाना फडणीस आणि पेशव्यांचे तिथे हजर असलेले अन्य सरदार–उच्च अधिकारी यांनी श्रीमंताना अभिनंदनार्थ नझराणा दिला. जेव्हा पेशवे उठून आपल्या राजप्रासादाकडे जाऊ लागले, तेव्हा त्यांच्यामगून महादजी शिंदे आणि हरिपंत मयूर पिसांचीचौरी (मोर्चेल) ढाळत चालू लागले. त्यांनी नालकीत बसून पुणे शहरात प्रवेश केला. त्यावेळी लोकांचे जथ्थेच्या जथ्थे हे मिरवणुकीचे विहंगम दृश्य पाहण्यासाठी जमले होते. पुण्याच्या नागरिकांनी आतापर्यंत कधीही पाहिले नव्हते असे शाही दिमाखदार दृश्य त्यांना पाहावयास मिळाले. त्यात पेशवाईचा रुबाब होता, तोफांचे आवाज होत होते आणि शेकडो वाद्ये वाजत होती. लोक आनंदाने जल्लोष करीत होते. त्यामुळे या मिरवणुकीस एक प्रकारची शान होती आणि लोकांचा उत्साह ओसंडून वाहात होता.''

महादजी शिंदे यांचा पुण्यात येण्याचा उद्देश स्पष्ट होता. त्यांना बादशाहातर्फे सर्व शाही बिरुदे आणि सन्मानदर्शक पदचिन्हे सवाई माधवराव

पेशव्यांना बहाल करून पेशव्यांची मर्जी व विश्वास सपांदन करावयाचा आणि पुणे दरबारात आपला प्रभाव प्रस्थापित करण्याचा हेतू होता; मात्र नाना फडणीस तेवढेच धूर्त व मुत्सद्दी होते. त्यांना महादजींचा अंत:स्थ हेतू स्पष्ट दिसत होता. म्हणून नाना फडणीसांनी तरुण पेशव्यांच्या मनावर शिंदेशाहीचा प्रभाव पडू नये, यासाठी सर्वतोपरी प्रयत्न केले; परंतु या मराठमोळ्या मुत्सद्याची मोकळीढाकळी वागणूक आणि सौहार्दपूर्ण वृत्ती तसेच संयमित-सभ्य वागण्याची ढब यांचा तरुण पेशव्यांच्या मनावर व्हायचा तोच परिणाम झाला आणि सवाई माधवराव महादजींबरोबर शिकारीसाठी, घोडदौडीसाठी तसेच विविध क्रीडाप्रकारांत सहभागी होण्यासाठी राजी झाले. त्यांनी या गोष्टींना संमती दर्शविली. साहजिकच पेशवे दरबारात शिंद्यांचे वजन वाढले. पेशवे शिंद्याबरोबर मोकळेपणाने शिकार-सहलीला जाऊ लागले. दरम्यान महादजींनी वानवडी या गावात स्वत:ला राहण्यासाठी एक स्वतंत्र घर बांधले. त्याचे अवशेष आजही पाहावयास मिळतात. महादजींच्या मनात अनेक महत्त्वाकांक्षी योजना होत्या आणि ते आणखी काही दिवस जगले असते, तर निश्चितच त्या त्यांनी जिद्दीने पूर्ण केल्या असत्या; पण दैवाने त्यांना साथ दिली नाही. दुर्दैवाने मृत्यूने त्यांच्यावर झडप घातली आणि वानवडी येथील निवासस्थानी दि. १२ फेब्रुवारी १७९४ रोजी त्यांचे निधन झाले. महादजींचा मृत्यू हा मराठा राज्याला बसलेला जबरदस्त धक्का होता. त्यांच्या पार्थिव देहास त्यांच्या राहत्या घराजवळ एका ओढ्याकाठी अग्नी देण्यात आला. त्याच ठिकाणी त्यांच्या नामांकित वारसदारांनी स्मारक रूपात छत्री बांधली. तीच 'शिंद्यांची छत्री' म्हणून प्रसिद्ध आहे.

◆◆◆

प्रकरण ६

पुण्याचे पोलीस खाते अर्थात कोतवाली कार्यालय

पहिल्या बाजीरावाने इ.स. १७३० मध्ये आपले निवासस्थान पुण्यात बांधेपर्यंत, पुणे हे एक लहान खेडे होते. त्यामुळे त्याठिकाणी प्राचीन काळी स्वतंत्र व संघटित असे शिस्तबद्ध पोलीस खाते नव्हते. एल्फिन्स्टनच्या मते त्याकाळी प्रत्येक खेड्यात लोकांची सुरक्षितता आणि मालमत्ता (जिंदगी) यांच्या संरक्षणासाठी त्या खेड्यानेच स्वत: एक प्रकारची यंत्रणा उभी केलेली होती. गावचा पाटील किंवा प्रमुख गावाच्या संरक्षणाच्या बाबतीत सर्व जबाबदारी पार पाडीत असे. शांतता आणि सुव्यवस्था अभंग राखण्यासाठी त्याला गाव कुळकर्णी आणि चौगुला हे त्या खेड्यातील वतनदार अधिकारी मदत करीत असत. एवढेच नव्हे तर प्रसंग पडल्यास किंवा जरूर भासल्यास सर्व रहिवासी मदत करीत. पण या सर्व कामकाजात गावकामगार वा पोलीस पाटील याचा अत्यंत विश्वासू सहायक बलुतेदार पहारेकरी वा मदतनीस असून त्याला तरळ म्हणत. त्याचे प्रमुख काम गावावर लक्ष ठेवून गावात येणाऱ्या-जाणाऱ्यांवर देखरेख ठेवणे, संशयित असामीच्या वर्तनावर नजर ठेवून त्याची वर्दी पोलीस पाटलाला देणे इत्यादी प्रकारचे असे. तरळाला गावातील प्रत्येक व्यक्तीची-कुटुंबाची खडान्‌खडा माहिती असे आणि गावाच्या सीमेत जर एखादा गुन्हा, चोरी वा लबाडी झाली, तर ती शोधून काढण्याचे कामही त्याचेच असे. याबद्दल त्याला काही विशिष्ट वतन-उत्पन्न आणि प्रसंगानुसार चांगल्या कामगिरीबद्दल बक्षिसी सरकारातून देण्यात येई. पाटलाकडे पोलीस खात्याबरोबर महसूल गोळा करण्याचे अधिकार असत. मामलतदार हे सरसुभेदाराच्या हाताखालील दुय्यम अधिकारी असून त्यांच्याकडे पोलीस आणि महसूल अशी दोन्ही खाती असत. या अधिकाऱ्यांकडे जिल्ह्यात शांतता व सुव्यवस्था ठेवण्यासाठी पुरेशी सामग्री व शिबंदी असे. या शिबंदीत अनियमित

प्रसंगोपात्त कामचलाऊ पायदळ आणि छोटे घोडदळ असे. ते प्रत्येक जिल्ह्यात शांतता आणि सुव्यवस्था राहावी म्हणून तैनात केलेले होते. या शिबंदीचे मुख्य काम व कर्तव्य म्हणजे दंग्याधोप्यांना आळा घालून पोलीस पाटलांना खेड्यातील नित्यनैमित्तिक जीवन सुरळीत चालावे म्हणून सहकार्य देण्याचे होते. अशा प्रकारची पूर्वापार परंपरागत चालत आलेली पद्धती बहुतेक खेड्या-पाड्यांतून होती. त्याला पुणे हे खेडे अपवाद नव्हते आणि पुणे जिल्हाही पहिल्या बाजीरावाच्या कारकिर्दीपर्यंत तसाच होता.

पहिल्या बाजीरावाने इ.स. १७३० मध्ये शनिवारवाडा बांधून पुणे हे आपल्या निवासाचे मुख्य स्थान बनविले. त्यावेळी पुण्याचे महत्त्व हळूहळू वाढू लागले. तसेच पुण्याची लोकसंख्या क्रमाक्रमाने वाढत होती आणि राजकीय महत्त्वही त्याला लाभू लागले होते; पण छत्रपती शाहू महाराजांच्या निधनानंतर म्हणजे इ.स. १७४९ नंतर पुण्याचे राजकीय महत्त्व एकदमच वाढले; कारण मराठी साम्राज्याचे ते सत्तास्थान बनले. मराठी राज्याची सर्व सूत्रे पेशव्यांच्या हाती एकवटली गेली आणि सातारा ही छत्रपतींची नाममात्र अधिकृत राजधानी राहिली; पण पुणे हेच मराठी सत्तेचे केंद्रस्थान झाले. परंतु पहिला बाजीराव आणि त्याचा मुलगा बाळाजी बाजीराव ऊर्फ नानासाहेब ह्यांना सततच्या मुलुखगिरीमुळे पुण्यात फारसे राहावयास मिळाले नाही आणि पुण्याच्या विकासातही लक्ष घालता आले नाही; तथापि बाळाजी बाजीरावाने थोडेबहुत पुण्याच्या नागरी व्यवस्थापनाकडे लक्ष दिले. पण त्यालाही परकीय सत्तांच्या राजकारणात आणि निजामाच्या मराठी सत्तेवरील आक्रमणामुळे पुण्याकडे लक्ष देण्यास फुरसत मिळाली नाही. एवढेच नव्हे तर नागरी शासन व्यवस्थेसाठी स्वतंत्र पोलीस विभाग सुरू करता आला नाही. त्याच्या कारकिर्दीत मराठ्यांचा पानिपतच्या तिसऱ्या लढाईत दारुण पराभव झाला. त्या धक्क्याने बाळाजी बाजीराव खचून गेले आणि त्यातच दि. २३ जून १७६१ रोजी त्यांचे निधन झाले. त्यांच्या योजना, आराखडे ह्या सर्व गोष्टींची कार्यवाही पुढे त्यांच्या तरुण उमद्या व अत्यंत कार्यक्षम व तडफदार मुलाने-पहिला माधवराव या चौथ्या पेशव्यांनी पूर्ण केली. त्याने पोलीस खाते तर सुधारलेच पण त्यात भरही घातली.

पहिल्या माधवराव पेशव्यांच्या वेळी (कार. इ.स. १७६१-१७७२) मराठी राज्याचे पुणे हे मुख्य केंद्र बनले होते. तेव्हापासून मराठी राज्याची

राजधानी म्हणून पुणे शहराची विशेष भरभराट झाली आणि महाराष्ट्राच्या आर्थिक, राजकीय व सामजिक उलाढालींचे पुणे हेच प्रमुख केंद्र बनले. पेशव्यांप्रमाणे त्यांचे नातेवाईक, सरदार, सावकार, इत्यादिकांचे प्रशस्त व मोठे वाडे पुण्यात उभे राहिले व व्यापार उदीम वाढून लोकसंख्या वाढली. पुणे ह्या खेड्याचा चेहरा-मोहराच बदलला. पुणे हे अखिल हिंदुस्थानच्या राजकारणाचे केंद्र झाले. वाढत्या लोकसंख्येबरोबर संघटित नागरी प्रशासनाची आवश्यकता भासू लागली आणि पुणे शहरासाठी स्वतंत्र पोलीस खाते असावे, असे पेशव्यास वाटू लागले. परिणामत: पहिल्या माधवराव पेशव्यांनी पुणे शहरापुरते प्रथमच नियमित कोतवाल कार्यालय स्थापन केले (१७६४) आणि पहिला कोतवाल किंवा पोलीस अधीक्षक (व्यवस्थापक) म्हणून बाळाजी नारायण केतकर याची त्या पदावर नियुक्ती केली. पेशवाईतील प्रमुख पोलीस अधीक्षकाहून हे पद अगदी स्वतंत्र होते आणि कोतवाल हा पेशव्यांच्या मंत्र्यांशी प्रत्यक्ष संपर्क ठेऊ शकत होता. त्याच्या हाताखाली मोठी कार्यालयीन व्यवस्था असून काही घोडदळ आणि बऱ्यापैकी शिबंदी होती. शहरात आणि शहराच्या सभोवतालच्या परिसरात पोलीस चौक्या उभारण्यात आल्या. रात्रीच्या वेळी शहराबाहेर घोडदळाची गस्त असे, तर शिबंदीचे शिपाई शहरातून वारंवार फेऱ्या घालून गस्त घालत असत. रात्री ठीक अकरा वाजता तोफ उडवून सर्वांना सावधानतेचा इशारा देण्यात येई; मात्र त्यानंतर विनापरवाना शिपाई बरोबर नसेल तर पहाटे चार वाजेपर्यंत कुणालाही घराबाहेर पडण्यास सक्त मनाई होती. पहाटे चार वाजता पुन्हा तोफेचा आवाज करून (तोफ उडवून) बंदी शिथिल केल्याचा इशारा देण्यात येई.

या कामासाठी शहरात रामोशी नेमलेले असत. शहरात होणाऱ्या चोऱ्यांचा जाबजबाब त्यांना द्यावा लागे आणि चोरी सापडली नाही, तर त्यांना चोरीला गेलेला माल व संपत्ती भरून द्यावी लागे, किंवा तेवढी रक्कम भरावी लागे. कोतवालाचे अधिकार व कर्तव्ये विद्यमान पोलीस अधीक्षकाप्रमाणे नव्हती, हे सांगण्याची गरजच नाही; कारण कोतवालाकडे शहर आणि त्यातील रहिवासी यांचे संरक्षण एवढीच कामे नव्हती; तर त्याला अनेक गोष्टी कराव्या लागत. त्याला अनेक क्षुल्लक भांडणे मिटवावी लागत आणि लोकांची गाऱ्हाणी ऐकावी लागत, तसेच त्यावर समझोत्याचा तोडगाही काढावा लागे.

कोतवाल बाजारावर बारीक लक्ष ठेवीत असे, वजन-मापे तपासत असे. त्याचे नियंत्रण शहरातील वेश्या, गणिका, नाभिक समाज, संगीतकार, तमासगीर इत्यादींच्या हालचालींवर असे. याशिवाय त्याला सटरफटर अनेक लहानमोठी कामे करावी लागत. त्यांत शहराची स्वच्छता पाहावी लागे. उखणलेले रस्ते ठाकठीक करणे, नवीन रस्त्यांचे बांधकाम करून घेणे, सांडपाण्याचा निचरा योग्यप्रकारे होतो किंवा नाही ते पाहणे, नवीन इमारतींच्या बांधकामावर देखरेख करणे वगैरे अनेक गोष्टी असत. या संकीर्ण आरोग्यविषयक कर्तव्यांबरोबरच सन्माननीय पाहुण्यांचे आदरातिथ्य करणे, धर्मार्थ व धर्मादाय देण्यात येणाऱ्या देणग्यांवर लक्ष ठेवून या गोष्टी योग्यप्रकारे संबंधित व्यक्तींकडून होत आहेत का, हे बारकाईने पाहणे या अन्य गोष्टी होत्या. खरेदी-विक्री वा अन्य प्रकारच्या व्यवहारांची दस्तऐवजांची अधिकृत नोंदणी त्याला करावी लागत असे. त्याला गुन्ह्यांचा तपास करावा लागे. त्यात राजकीय आणि अन्य प्रकारचे गुन्हे असत, त्याचप्रमाणे राजकीय कटकारस्थानांचा छडा लावण्याचे काम कोतवालाचेच!
थोडक्यात कोतवाल म्हणजे पुणे शहराचा जणू महापौरच असून त्याच्या अखत्यारीखाली गुप्तहेर खाते, दंडाधिकारी कार्यालय, दस्तऐवज नोंदणी विभाग, पोलीस खाते, सार्वजनिक बांधकाम खाते, आरोग्य खाते वगैरे अनेक खाती केंद्रित झाली होती; मात्र त्याचा अधिकार फक्त पुणे शहराच्या सीमांतर्गत क्षेत्रापुरताच होता आणि पेशव्यांच्या शनिवारवाड्यातील रक्षक किंवा लष्कर यांवर त्याचा अधिकार नव्हता; जरी ते लष्करातील दुय्यम अधिकारी वा सैनिक होते. त्याला लहान गुन्हे, व्यभिचार, मद्यपी, जुगारी यांना शिक्षा व दंड करण्याचा अधिकार होता. हा दंड सरकारजमा होई. तसेच शिक्षेपोटी जप्त केलेली संपत्ती सरकारात भरली जाई. विधवांच्या पुनर्विवाहावरील कर, दस्तऐवजांचे नोंदणी शुल्क आणि वजनमापे यांवर शिक्के मारणे तसेच कपड्यावर छाप मारणे हे अधिकार कोतवालाचे असत आणि त्याची फी ठरलेली असे. या सर्वांमधून वर्षाला साधारणपणे तीस ते पस्तीस हजार रुपयांचे उत्पन्न सरकारात जमा होई. सुरुवातीस १७६४ मध्ये या कार्यालयात पाच कारकून आणि अठरा शिपाई एवढा कर्मचारीवर्ग होता. त्यांचा सालिना पगार रु. १४४९/- एवढा होता. पुढे कामाचा लोकसंख्या वाढून व्याप वाढला, वेतन वाढले आणि जबाबदाऱ्याही वाढल्या व अधिक कार्यक्षम-हुशार व्यक्तींचा

पेशवे शोध घेऊ लागले. म्हणून माधवराव पेशव्यांनी इ.स. १७६८ मध्ये जनार्दन हरी यास कोतवालपदी नेमले. जनार्दन हरीला पेशव्यांनी दिलेल्या सूचना पुढील प्रमाणे होत्या किंवा जनार्दन हरी वर्तकास दिलेल्या सनदेत कोतवालीच्या कर्तव्यांचा स्पष्ट तपशील आढळतो. या सनदेतील कलमबंदीतील काही कलमे अशी : ''पेठांतील किरकोळ कजिये कमावीसदारांनी मनास आणावे, मातब्बर असल्यास कोतवालापुढे आणावे. बाजारनिरवाची (भाव) याद दररोज दप्तरी आणावी; पाटदामाचे, शेला किंमत वसूल करावे. सरकारला बेगारीचा (मजूर व कामगारांचा) पुरवठा करणे; पेंढारी, बाजेकरी यांचेकडून उदीम पाहून शिरस्तेप्रमाणे वसूल घेत जावा. नव्या मापावर शिक्के करणे, जुन्याची चौकशी करणे, तेलीयाचे घाण्यास दररोज रूके घ्यावे. खानेसुमारी करावी. त्याचा झाडा राखावा.''

''कोतवालाच्या चिठ्ठीखेरीज कोणी जुवा (जुगार) खेळू नये. सोद्यांकडून शिरस्तेप्रमाणे कर घेणे. सोद्याखेरीज इतरांनी जुवा खेळो नये. जाणार-येणार कुल कोतवालीकडे दाखल व्हावे. कोतवालीचा दरमहाचा हिशोब सरकारात देणे. घर जाग्याची खरेदी-विक्री तुमच्या इतल्याने व्हावी. रुपये ३२६४ चौकशाने खर्च करावे. भोजन खर्च, तैनाव (पानसुपारी) खर्च, दप्तर खर्च, रोषणाई (दिवाबत्ती) खर्च इत्यादी कार्यकारण किरकोळ खर्च करणे'' यावरून कोतवाल हे पद किती जबाबदारीचे होते, याची कल्पना येते. प्रारंभीच्या काळातील कोतवालीचे स्वरूप आणि शिस्त स्पष्ट करून दाखविणारे हे पत्र किंवा सनद असल्यामुळे ती विशेष महत्त्वाची ठरते.

थोडक्यात कोतवालाकडे जनगणनेचे काम होते आणि तो शहरात येणाऱ्या-जाणाऱ्यांची (व्यक्ती) नोंद ठेवीत असे. त्याला कमावीसदारांनी पेठांमधील अशा व्यक्तींची माहिती पुरविण्याची सक्ती होती. कोतवालाचे बुधवार पेठेत ठरवून दिलेल्या जागेत कार्यालय होते. तिथे कोतवाल रस्त्याच्या सीमांचे, गल्लीतील घरांचे सीमांतर्गत वाद निकालात काढत असे. या सर्व कामाचा मेहनताना म्हणून कोतवाल कार्यालयाला व त्याच्या हाताखालील कर्मचाऱ्यांना वार्षिक पुढीलप्रमाणे वेतन ठरवून दिलेले होते.

कोतवाल किंवा दरोगा-जनार्दन हरी वर्तक	=	रु.	३००.००
फडणीस किंवा फडणवीस –	=	रु.	२००.००
भिकाजी नारायण कोल्हटकर			
दफ्तरदार-नारो शंकर साठे	=	रु.	१५०.००
चार स्वतंत्र कारकून-प्रत्येकी	=	रु.	१२५.००
हवालदार- प्रत्येकी रु.४०/-	=	रु.	१७६०.००
नवीन सहायक	=	रु.	२६०.००
दोन मशालधारक (दिवा दाखविणारे)	=	रु.	११०.००
सटरफटर कामे करणारे शिपाई	=	रु.	१००.००
वतनदार	=	रु.	१४४.००

एकूण	=	रु.	३,६१८.००

कोतवालाने सरकारातून दिलेल्या हुकूमाची दंवडी देऊन लोकांना कल्पना द्यावी; तसेच जुने-नवे दस्तऐवजांची नोंदणी, तत्संबंधीच्या सूचना यांची सरकारला माहिती देऊन त्यांच्या हुकूमानुसार कार्यवाही करावी, असा शिरस्ता होता.

अशा सर्व स्पष्ट सूचनांनुसार इ.स. १७६८ मध्ये बुधवार पेठेतील कोतवालाचे कार्यालय किंवा कोतवाल चावडी अस्तित्वात आली होती, स्थापन झाली होती आणि त्या चावडीचा सालिना खर्च रुपये ३२६४ होता. पुढे अनुक्रमे इ.स. १७७५ आणि १७७६ मध्ये आनंदराव काशी आणि धोंडो बाबाजी हे कोतवाल होते. या सुमारास कोतवाल कार्यालयाचा आणखी विस्तार झाला. त्याच्या हाताखाली आणखी सहा उच्च अधिकारी नेमण्यात आले. त्यांपैकी एक अमीन असून त्याला दरसाल रुपये ४०० पगार ठरला, दुसऱ्या दिवाण या अधिकाऱ्यास रुपये ३२५, फडणीसाला रु २००/- आणि दफ्तरदार व पोतनीस यांना अनुक्रमे रु. १५०/- व १२५ असा पगार निश्चित करण्यात आला. या उच्च अधिकाऱ्यांव्यतिरिक्त या कार्यालयात अनेक कारकून मंडळी होती. त्यांपैकी एक सरकारी वकील होता. त्याला सालिना रु.

१२५ पगार दिला जाई. या सर्वांशिवाय कोतवालाच्या हाताखाली ७८ हवालदार आणि पहारेकरी असून त्यांना सालिना देण्यात येणारी मेहनतान्याची–पगाराची रक्कम एकूण रुपये ५,२९५ एवढी होती.

कोतीवाली कार्यालय पुणे शहरात इ.स. १७६४ मध्ये स्थापन झाल्यानंतर पुण्याच्या वाढत्या लोकवस्तीबरोबर कोतवालावरील कामाचा ताणही वाढला. पुणे शहरात हिंदुस्थानच्या कोनाकोपऱ्यातून व्यापारी, कलावंत, विद्वान शास्त्री–पंडित पुण्यास स्थायिक होण्याच्या उद्देशाने येऊ लागले. त्यामुळे पुणे हे एक संपन्न शहर बनले. साहजिकच कोतवाली कार्यालयाची जबाबदारी वाढली आणि आपापत: त्याचे महत्त्व वाढले. त्यामुळे हुशार आणि ज्ञाती मंडळी या प्रतिष्ठित व जबाबदारीच्या पदासाठी निवडली जाऊ लागली आणि हे कार्यालय सुव्यवस्थित व अद्ययावत करण्याचे प्रयत्न सरकारातून होऊ लागले. पेशवेकालीन कोतवाली पद्धतीत काही दोष व उणिवा असतीलही आणि सत्तेचा गैरवापर व दुरुपयोग झाला असेल! परंतु हे मान्य करावे लागेलच की, या फौजदारी व्यवस्थेमुळे पुण्यात सुव्यवस्था आणि शांतता राखण्यात तिचा निश्चितच उपयोग झाला आणि त्यामुळे देशात गुन्हेगारीलाही बऱ्याच प्रमाणात आळा बसला. तथापि अशीही काही उदाहरणे आहेत की, काही कोतवालांनी सत्तेचा दुरुपयोग केला आणि भ्रष्टाचारही केला. जेव्हा त्यांची बदकर्मे उघडकीस आली, तेव्हा शासनाने त्यांना कडक शिक्षा ठोठावल्या. अशा कोतवलांपैकी एक विलक्षण प्रकरण कोतवालांच्या इतिहासात घडले. त्या प्रकरणाची अपकीर्ती व कुप्रसिद्धी थोडी विस्ताराने आणि विशेषकरून सांगितली पाहिजेच!

घाशीराम कोतवालाचे नाव इतिहासात प्रसिद्ध आहे. तो कनोजा ब्राह्मण कुटुंबातील होता. त्याच्या वडिलांचे नाव शामलदास किंवा सावलदास. तो मूळचा औरंगाबादचा रहिवासी नशिब अजमावण्यासाठी हिंदुस्थानच्या कोनाकोपऱ्यातून अनेक लोक पुण्यात त्यावेळी येत असत. त्यांतील काही पेशव्यांच्या सेवेत रुजू होण्याचा प्रयत्न करीत तर काही धंद्याच्या शोधात असत. घाशीराम सुस्वभावी, आदबशीर, हुशार आणि हजरजबाबी होता. त्याचे लाघवी बोलणे त्याच्या आकर्षक सुंदर व्यक्तिमत्त्वाला पूरक होते. या त्याच्या गुणांमुळे लवकरच त्याचा पुणे दरबाराशी संपर्क आला आणि संबंधही वाढले.

त्याने अल्पावधीत नाना फडणीसांची मर्जी संपादन केली. त्यावेळी पुण्यात अशी वंदता होती की, घाशीरामला ललितगौरी नावाची एक अत्यंत देखणी मुलगी होती आणि तीच त्याची भाग्यविधाती ठरली; कारण तिच्यामुळेच त्याचे नशिब उजळले! सत्य परिस्थिती काहीही असो, घाशीराम तत्काळ सत्ताधीश झाला आणि इ.स. १७८२ मध्ये घाशीरामची पुणे शहराच्या कोतवालपदी नियुक्ती करण्यात आली. घाशीराम सुरुवातीस एक अत्यंत कार्यक्षम कोतवाल (अधिकारी) होता आणि त्याने या खात्यात अनेक मौलिक सुधारणा केल्या. त्यासाठी खूप कष्टही घेतले. जुन्या दप्तरावरून असे आढळले की, बारभाईच्या सुरुवातीच्या काळात नानास असलेली पैशाची नड घाशीरामाने भागविली म्हणून आनंदराव काशी याच्याकडून कोतवाली काढून घेऊन दि.८ फेब्रुवारी १७७७ रोजी ती घाशीराम सावलदास याच्याकडे दिली. ही त्याची पहिली नेमणूक कशीबशी एक वर्ष टिकली. त्यानंतर इ.स. १७८२ मध्ये त्याची नेमणूक कायम करण्यात आली.

घाशीरामाची कोतवालपदी नियुक्ती केल्यानंतर त्याच्या वेतनात, अधिकारांत, कामात जशी वाढ झाली, तसे त्याचे क्षेत्रही वाढले. त्याला सालिना ६२१ रुपये वेतन देण्यात येऊ लागले. यांपैकी ६६ रुपये अफतागिरीबद्दल (त्याच्यावर छत्री धरणाऱ्याचे) आणि ५५ रुपये दिवट्या धारण करणाऱ्यासाठी होते. पुण्याचा कोतवल झाल्याबरोबर त्याला पुढील सूचना देण्यात आल्या;

(१) सरजमिन आणि कोतवाल यांनी परस्पर विचाराने, एकमेकांशी प्रतारणा न करता वागावे. कारकून, प्यादे यांची नेमणूक अगर बडतर्फी करणे झाल्यास एकमेकांच्या सल्ल्याने करावी.

(२) नारायण आणि शनिवार या पेठांतील गुन्ह्यांचा शोध घेण्यासाठी त्या भागात दोन स्वतंत्र चावड्या बसविण्याचे ठरले. त्यांची देखभाल घाशीरामानेच करावी. हरप्रकारे रयत आबाद राखावी.

(३) कोतवालाने आपल्या कार्यालयाची कर्तव्ये चोख व प्रामाणिकपणे आणि पूर्वपरंपरांना अनुसरून करावीत.

(४) रस्त्यांची योग्यप्रकारे देखभाल करून ते चांगले राखावेत आणि

शहरात जर कुणी अनधिकृत व्हरांडा किंवा मोठ्या जाळपोळीनंतर एखादी इमारत परवानगीशिवाय बांधत असेल, तर अशी बांधकामे नष्ट करावीत वा पाडून टाकावीत.

(५) प्रत्येक पेठेतील कटकारस्थानांची इत्थंभूत बातमी राखून ती सरकारास वेळीच कळविणे

(६) शहरात नजरबाज असामी ठेवून रात्रीच्या वेळी सर्वत्र बारकाईने पहारा करावा आणि गुन्ह्यांचा काळजीपूर्वक छडा लावून गुन्हेगारांना सरकार दरबारी फिर्याद करून हजर करावे.

(७) कोतवालाच्या हाताखाली (या कार्यालयात) ७८ शिपाई देण्यात आले. त्यांचा सालिना खर्च रुपये ३१० होता. त्या खर्चासाठी शासनाने खास व्यवस्था केली होती.

(८) विवाहित महिलांना वेश्याव्यवसाय करण्यास कोतवालाने परवानगी देऊ नये.

चबुतरा किंवा चावड्यांवरील दैनंदिन कामाचा व्याप सांभाळण्यास कोतवालाच्या हाताखाली सरअमीन, अमीन, दिवाण, दप्तरदार, फडणीस, मुजुमदार असे दुय्यम अधिकारी असून ते पूर्णपणे कोतवालाच्या हुकमतीखाली असत. याशिवाय कारकून, प्यादे, स्वार, जासूद, नजरबाज (गुप्तहेर) असा १२४ जणांचा ताफा स्वतंत्र असे. मुजुमदार लेखी हुकूम आणि करारनामे(कज्जे) यांचे लेखन करीत; दुसरा अधिकारी दप्तरदार नोंदणीवहीत नोंद करून ठेवीत असे आणि तिसरा महसुलाचा हिशोब व तत्संबंधीचे तपशील नोंदवीत असे. या सर्व अधिकाऱ्यांचा पगार सालिना रु. ६४० एवढा होता. घाशीरामाच्या अखत्यारीखाली पुढील चबुतरा/ चावड्या होत्या: कोतवाल चावडी, सोमवार, वेताळ, आदितवार, नारायण पेठ आणि शनिवार ही पोलीस ठाणी होती. या सर्व पोलीस ठाण्यांचे उत्पन्न रुपये २५००० वर्षाला होते. जसजशी पुणे शहराची लोकसंख्या वाढली तशी शिपाई-पहारेकऱ्यांची संख्या अपुरी वाटू लागली आणि इ.स. १७७८ मध्ये आणखी २५ पहारेकरी (रक्षक) यांची नियुक्ती करण्यात आली. त्यावर शासन सालिना रु. ३५०० एवढा मोठा खर्च करीत असे. थोडक्यात

घाशीरामाच्या हाताखाली सुमारे ११५ रक्षकांचा फौजफाटा होता आणि पुढे त्यात जरूरीनुसार वर्षामागून वाढ होत होती.

या खात्याचे उत्पन्न आणि कार्यपद्धती या विषयी आपण इ.स. १७९०-९१ या आर्थिक वर्षातील पावत्या पाहिल्या तर त्यातील आकडेवारीवरून अतिशय रंजक माहिती मिळते. या काळात –

संपत्तीला वारसदार म्हणून दिलेली फी किंवा दंड– नझर	: रु.३१५.००
कमाविसांकडे	: रु.१५४.००
घरांची घरपटी किंवा गृहकर	: रु.४६६३.००
खालच्या जातीतील बायकांच्या पुनर्विवाहानिमित्त	
आकारलेली रक्कम	: रु.२०५.००
संगीतकार–तमासगीर यांच्याकडून वसूल केलेली फी	: रु.६१.००
गुन्ह्यांच्या दंडापोटीची जमा	:
रु.१५९२५.००	
मृत्युपत्र न करता मेलेल्या व्यक्तीची संपत्ती वारसदारांकडून जमा	: रु.३०४२.००
बेकायदा जुगारावरील दंड	: रु.२९३.००
वजनमापांची तपासणी, शिक्के मारणे वगैरेंची फी	: रु.२३७६.००

या सर्वांची बेरीज केली असता ती रु.२७६१०.०० एवढी भरते. म्हणजे कोतवाली कार्यालयाकडून सरकारात एवढ्या मोठ्या रकमेचा दरसाल भरणा होत असे.

प्रामुख्याने पुढील गुन्ह्यांना जबर दंड ठोठावण्यात येई. सरकारच्या परवान्याशिवाय वेश्याव्यवसायात पदार्पण करणाऱ्या स्त्रियांना दंड करण्यात येई. गुन्हा लपविण्याचा प्रयत्न करणाऱ्यास जबर दंड होई. मृत्युपत्र नसताना सरकारला समज न देता एखाद्याची संपत्ती हडप करणे; माहीत असूनही शासकीय आज्ञा–कायदे मोडणे; बकरी–बोकड यांची विनापरवाना हत्या करणे; कोतवालाच्या परवानगी शिवाय एखाद्या वारस नसलेल्या इसमाचे मृतशरीर जाळणे; एखाद्याने

अनैतिक वर्तन महिला करते किंवा ती भ्रष्टाचारी आहे, असा खोटा आरोप वा तक्रार नोंदविणे, खोटा पैसा चलनात वापरणे, मद्यपान करून धिंगाणा घालणे (अशा मद्यपींची संख्या फक्त ४० होती); आपली जात बुद्धिपुरस्सर लपविणे वा दुसरी सांगणे; बहिष्कृत जातिजमातींच्या लोकांबरोबर भोजन करणे; खालच्या जातीतील स्वयंपाक्याने केलेले अन्न खाणे; वैषयिक संबंधातील-विशेषत: वेश्याव्यवसायासाठी मुली आणून देण्याचे व्यवसाय करणारे दलाल; गर्भपात किंवा मूल पाडणे; परवानगी न घेता वेश्याव्यवसायासाठी मुलींची खरेदी करणे; स्त्रियांवर लैंगिक अत्याचार करणे; आत्महत्येस प्रवृत्त केलेले नातेवाईक वा अन्य इसम; जाणूनबुजून एखाद्याची खोडी काढणे किंवा विनाकारण एखाद्याला दुखविणे; बायकामुले आणि गुलाम यांना पळवून नेणे; चोऱ्या करणे; व्यभिचार; नवरा जिवंत असताना पुनर्विवाह करणे; घटस्फोट घेतल्यानंतरही त्याच पत्नीबरोबर राहणे; व्यापारी व्यवहारात बुद्धिपुरस्सर वितंडवाद घालणे आणि कोळ्यांच्या नोकरीत स्वत:ला गुंतविणे. या निर्देश केलेल्या गुन्ह्यांमध्ये इ.स. १७९०-९१ या वर्षांत फक्त मद्यपि, गर्भपाताचे, जबरदस्तीने स्त्रियांना पळवून नेण्याचे आणि चोऱ्यांचे गुन्हे जास्त होते. ते अनुक्रमे आठ, पाच, सात व वीस एवढे झालेले आढळले. एकूण सर्व गुन्हे २३४ झाले.

यावरून इ.स. १७९१ मध्ये पुण्याची नैतिकता कशी होती, याची कल्पना येते. वरील गुन्ह्यांच्या यादीचे बारकाईने निरीक्षण केल्यास असे आढळते की, व्यभिचार आणि अनीती यांचे प्रमाण जास्त आहे. यामुळेच घाशीरामाच्या स्वैरवर्तनावर प्रकाश पडतो. किंबहुना अन्य क्षेत्रांत त्याची कामगिरी चांगली असूनही या गुन्ह्यांमुळे ती घाशीरामबद्दल अपसमज निर्माण करण्यास कारणीभूत ठरली. या काळात पुण्यात भ्रष्टाचाराला ऊत आला होता आणि व्यभिचारही बऱ्यापैकी बोकाळला होता. त्यामुळे घाशीरामाच्या बेमूर्वत प्रवृत्तीस मोकळीक मिळाली आणि त्याने आपल्या अधिकाराचा गैरवापर करण्याचे धारिष्ट दाखविले. साहजिकच त्याने जुलुम आणि अत्याचार यांचा कळस केला. अर्थात या त्याच्या गैरवर्तनाला नाना फडणीसांचा आशीर्वाद होता आणि नानांची त्यावर मर्जीही होती; मात्र अखेर त्याच्या या दुष्कृत्यांमुळेच त्याचा अत्यंत क्रूरपणे व करुणास्पदरीत्या शेवट झाला. सर चार्ल्स मॅलेटचा हवाला देऊन किंवा त्याने संकलित केलेल्या नोंदींच्या आधारे कॅप्टन मूर या घटनेसंबंधी पुढील शब्दांत म्हणतो,

''इ.स. १७९१ मध्ये राजकीय पक्षांतर्गत वैमनस्य निर्माण झाले होते. त्यामुळे पुणे दरबारात आणि शहरात घाशीराम नावाच्या ब्राह्मणाविषयी (त्याचा उच्चार गौसांराम असा सामान्यत: करीत) एक प्रकारची घृणा निर्माण झाली होती. घाशीराम हा गौड कुटुंबातील औरंगाबादचा मूळ रहिवाशी असून प्रधानमंत्री नाना फडणीस यांचा त्याला आश्रय व आशीर्वाद होता; कारण त्यांच्या कृपेनेच त्याची कोतवालपदी नियुक्ती झाली होती. त्याने ते पद अत्यंत कार्यक्षमरीत्या, उमेदीने आणि शिस्तबद्धरीत्या सांभाळले आणि त्याचा कार्यालयाचा दराराही निर्माण केला. इ.स. १७९१ च्या ऑगस्ट महिन्यात उत्सवप्रिय ब्राह्मणांचा एक मोठा तांडा रात्रीच्या वेळी उशिरा शहरात घुसला. त्यांच्यापैकी चौतीस ब्राह्मण अवेळी (रात्री अकरा नंतर विना परवाना भटकण्यास बंदी होती) म्हणजे रात्रीचा तोफेचा इशारा झाल्यानंतरही रस्त्यावरून फिरत होते. त्यांना घाशीरामाच्या (कोतवालाच्या) शिपायांनी-हवालदारांनी अटक करून ज्या ठिकाणी असे गुन्हेगार डांबतात, त्या ठिकाणी नेऊन ठेवले. सकाळी पाहतात, तर त्यांपैकी एकवीस जण मृत अवस्थेत आढळले आणि उरलेले कसेबसे जिवंत होते. ही घटना कोतवालाला सकाळ उजाडेपर्यंत माहीत नव्हती. एवढेच नव्हे तर त्यांना तुरुंगात डांबले आहे, याचीही कल्पना नव्हती. त्याच्या अधिकाऱ्यांनी नेहमीच्या शिरस्त्याप्रमाणे आपले कर्तव्य बजावले होते. परंतु घाशीराम विरुद्धचा संतप्त ब्राह्मणांचा अनावर क्रोध वाढला आणि तो पाहून दुर्दैवी घाशीराम घाबरला आणि त्याने चक्क पेशव्यांच्या शनिवारवाड्यात पळून जाऊन आश्रय घेतला. पण इथेही त्यास सुरक्षितता लाभली नाही. पेशवा स्वत:च बुचकळ्यात पडला आणि घाबरला आणि त्याने प्रक्षुब्ध ब्राह्मणांच्या हवाली घाशीरामला दिले. या ब्राह्मणवृंदात अनेक तेलंगी ब्राह्मण होते आणि त्यांच्यापैकी एकवीस ब्राह्मण नाहक मेले होते. घाशीरामने आपल्या वैभवाच्या काळात ज्या ठिकाणी सुरेख मंदिर बांधले होते आणि एक तलाव खोदला होता, त्यामुळे शहराची शोभा तर वाढली होतीच, पण सामान्य जनतेला पिण्याच्या पाण्याची सोय झाली होती, त्याच ठिकाणी ह्या ब्राह्मणांनी त्यास रस्त्यावरून फरफटत आणले. त्याला दोरखडांने करकचून बांधले होते आणि भंगीकाम करणारा एक इसम ते ओढत होता. अखेर घाशीरामास अमानुष छळ करून दगडांनी ठेचून ठार मारले. ही दु:खद घटना दि. ३१ ऑगस्ट १७९१ रोजी

घडली. ती माझ्या नुकत्याच निधन पावलेल्या आणि शोकमग्न मित्र आमच्या लष्करी कॅम्पचा शल्यविशारद व डॉक्टर फिन्डले यांनी प्रत्यक्ष पाहिली होती. त्याने घाशीरामचे विच्छिन्न धडही पाहिले. मी मात्र त्यावेळी तिथे नव्हतो. परंतु जेव्हा केव्हा मी त्या स्थळावरून जातो, त्यावेळी मला वेदना होतात आणि अंगावर शहारे येतात. या घटनेच्या काळात सर चार्ल्स मॅलेट आणि श्री उदथॉफ हे पुण्यात होते. त्यांनाही या दु:खद घटनेमुळे अस्वस्थता आली.''

अशा प्रकारे घाशीरामाचा शेवट अत्यंत निर्घृणपणे व तिरस्कारणीय पद्धतीने झाला; परंतु त्याचे सर्व दोष किंवा चुका लक्षात घेऊनसुद्धा असे म्हणावे असे वाटते की, त्याने पुण्याच्या पोलीस खात्यात शिस्त आणून दरारा निर्माण केला आणि भवानी पेठेच्या पूर्वेस नवापुरा ही नवीन पेठ वसविली, पाण्याच्या सोयीसाठी तलाव खोदला आणि हडपसरच्या रस्त्यावर एक उत्तम उद्यान तयार केले.

घाशीरामच्या मृत्यूंनतर आनंदराव काशीची पुन्हा कोतवालपदी नियुक्ती करण्यात आली. त्याच्या नियुक्तीबरोबर पूर्वीच्या नियमांत आणखी काही नवीन नियमांची भर घालून ती सनद इ.स. १७९४ मध्ये कोतवालाच्या मार्गदर्शनासाठी ठेवण्यात आली. ती पुढे दुसरा बाजीराव इ.स. १७९६ मध्ये पेशवेपदावर येईतोपर्यंत कार्यवाहीत होती.

या सनदेत पुढील महत्त्वाची कलमे होती-

(१) कोतवालाने गुन्ह्यांच्या संदर्भातील दंड चावडीत बसून दरकदारांच्या अधिकारक्षेत्रात त्यांच्या सहमतीने ठरवावा आणि या दंडाद्वारे जमा होणारी रक्कम, तिचे तपशील हे किर्दीत नोंदवावेत.

(२) बेवारशी किंवा चोरून आणलेल्या वस्तू, संपत्ती ही कोतवालाच्या निदर्शनास आल्यास, त्याने ती घरी नेऊ नये, ती चावडीत आणून दरकदारांच्या सहमतीने विकावी आणि तत्संबंधीचा अहवाल व रक्कम चावडीतील जमा खर्चाच्या किर्दीत नोंदवावी.

(३) व्यभिचार केलेल्या कुणबी आणि अन्य स्त्रिया यांना चावडीत आणून त्यांच्यावरील आरोपांची चौकशी करावी. त्यांना चौकशीसाठी

स्वत:च्या घरी नेऊ नये आणि पूर्वी जसे त्यांना घरात डांबून ठेवण्यात येई तसेही करू नये.

(४) ज्या कुणबी स्त्रिया व्यभिचारी आढळतील, तसा गुन्हा त्यांच्याकडून झाल्याचे शाबीत झाल्यास, त्यांना दंड करावा आणि त्यांची रवानगी त्यांच्या नवऱ्यांकडे यथास्थित करावी. त्यांची गुलाम म्हणून विक्री करू नये.

शेवटच्या दुसऱ्या बाजीरावाच्या कारकिर्दीत एकूण मराठा राज्यातच सर्वांत वाईट अराजक व गोंधळाची परिस्थिती माजली. त्यावेळी पूर्वापार चालत आलेले नियम आणि शिस्त धाब्यावर बसविण्यात आली, पूर्णत: दुर्लक्षिली गेली. बाजीरावाने कोतवालीची अपायकारक लिलाव पद्धत सुरू केली. त्यामुळे या कार्यालयाच्या लिलावामधून भरमसाठ रकमा मिळू लागल्या. अशा लिलावात प्रथम विठोजी नाईक गायकवाड या सद्गृहस्थाने सर्वाधिक बोली करून कोतवाल कार्यालयाचा ताबा घेतला आणि कमाविसदाराचे हक्कही विकत घेतले. साहजिकच इ.स. १८०० मध्ये त्याच्या अखत्यारित सर्व पेठांचा अंमल आला. त्याच्या रुपये, १,१२००० रकमेमुळे सरकारच्या तिजोरीत (पेशव्याच्या खात्यात) बऱ्यापैकी रक्कम जमा झाली होती. शिवाय संकीर्ण पावत्यांचेही काही पैसे जमा होऊ लागले. इ.स. १८१०-११ मध्ये कोतवालीत एकूण १६२८ प्यादी (हवालदार, पहारेकरी इत्यादी शिपाई होते) पुण्यात सुव्यवस्था व शांततेसाठी तैनात केली होती. त्यांपैकी ५५८ हवालदार- शिपाई शहरातील विविध पेठांतील कार्यालयात सुव्यवस्था आणि शांतता राखण्यासाठी खास करून ठेवले होते; तसेच रात्रीच्या गस्तीसाठी १६७ प्याद्यांची खास तुकडी होती आणि उरलेले शिपाई राजवाड्यातील संरक्षणासाठी आणि अन्य संकीर्ण कर्तव्ये करण्यासाठी राखून ठेवले होते. इ.स. १८००-१८०१ मध्ये पुणे शहरात एकूण अठरा पेठा होत्या आणि त्या प्रत्येक पेठेची स्वतंत्र चावडी (कार्यालय) होती. या सर्व चावड्यांमधून त्या वर्षी सरकारात सुमारे ३४,५४७ रुपये महसूल जमा करण्यात आला.

सर मौंट स्ट्युअर्ट एल्फिन्स्टन दुसऱ्या बाजीरावच्या कारकिर्दीतील कोतवाली कार्यालयाविषयी लिहिताना म्हणतो, ''पहिल्या बाजीरावाच्या

कारकिर्दीत कोतवालाला दरमहा रुपये ९००० एवढी रक्कम घेण्याची परवानगी होती. यावरून त्याला फार मोठे व्यवस्थापन हाताळावे लागत असे, असे दिसते. या व्यवस्थापनात काही शिपाई, प्यादी, घोडदळ (गस्तीसाठी) आणि बऱ्यापैकी रामोशांचा तांडा असावा. याव्यतिरिक्त जेव्हा पेशव्यांच्या फौजेकडून एखादी लूट केलेली संपत्ती तीत जमा होई, ती कोतवालास पेशव्यांकडे सुपूर्त करावी लागत असे. याशिवाय पेशवे वेळोवेळी त्याच्याकडे पैशाची मागणी करीत तीही भागवावी लागे. तरीसुद्धा कोतवालीची जागा ही किफायतशीर व मोहात पाडणारी होती; कारण एकतर अन्य हाताखालील प्यादी, हवालदार, नोकर यांचे पगार अगदीच नगण्य होते आणि कोतवाल व त्याचे कर्मचारी काही अघोषित (प्रतिज्ञा न केलेल्या) व्यवहारातून चांगलीच वसुली करीत. हे त्यांचे बेकायदेशीर उत्पन्न अवाजवी होते. या सर्व वातावरणात एकूण पोलीस खाते सक्षम आणि कार्यकुशल होते, खून किंवा दरोडे यांना आळा घालण्यासाठी हे कार्यालय दक्ष होते आणि प्रसंगोपात बळाचा वापर करून ते गुन्हे आटोक्यात आणीत. त्यामुळे दंगेधोपे, खून, मारामाऱ्या किंवा शहरात दरोडे-चोऱ्या यांचे प्रमाण जवळ जवळ दुर्मिळच होते, असे म्हणावयास हरकत नाही. मला संपत्तीच्या संबंधात आपण असुरक्षित आहोत, अशी एखादी तक्रार ऐकल्याचे आठवत नाही. एकूण फारच कमी अशा प्रकारच्या तक्रारी ऐकायला मिळत.''

◆ ◆ ◆

प्रकरण ७

सण-समारंभ, खेळ आणि मनोरंजन

पेशवाईत दसरा किंवा विजयादशमी, गणेशोत्सव आणि होळीपौर्णिमा किंवा होळी हेच प्रामुख्याने प्रमुख सार्वजनिक उत्सव-सण होते. ते अतिशय दिमाखात आणि धुमधडाक्याने पुण्यनगरीत साजरे करण्यात येत. या शाही सणांसाठी पेशवे दरबारातून म्हणजे सरकारमधून भरीव रक्कम अदा करण्यात येत असे. या सण-समारंभाच्या निमित्त सर्व प्रकारचे क्रीडाप्रकार-खेळ आणि मनोरंजनाचे कार्यक्रम राजवाड्यात आयोजित करण्यात येत. त्यांत प्रामुख्याने नृत्य करणाऱ्या सुंदर मुली, नट-नटवे, संगीतकार, कीर्तनकार, कथाकार, हरिदास तसेच पहिलवान, मल्ल, जेठी वगैरे अनेक प्रकारचे कलाकार आणि खिलाडू आपली कला सादर करीत असत आणि देशातील विविध भागांमधून हे सर्वजण पुण्यात हजेरी लावीत.

पेशवाईत गणेशोत्सव या सणास आगळे महत्त्व होते. तो शनिवारवाड्यातील गणेश रंग-महालात किंवा क्वचित रंग-महालात दरवर्षी नियमाने संपन्न होत असे. साधारणतः भाद्रपद महिन्यातील शुद्ध चतुर्थीपासून अनंत चतुर्दशीपर्यंत म्हणजे दहा दिवस तो चालत असे. हा शिरस्ता पेशवाईच्या अखेरपर्यंत अखंडित चालू होता. या उत्सवाच्या सणानिमित्त गणेश महाल उत्कृष्टरीत्या सजविण्यात येई. त्या ठिकाणीच सर्व मनोरंजनाचे कार्यक्रम संपन्न होत असत. महालात केळाच्या खुंट्याएवढ्या मेणबत्त्या हरिदासांच्या दोन्ही बाजूंस लावीत आणि प्रत्येक झुंबरात व स्फटिकसम हंड्यातही दिवे लावीत. या प्रमाणे सर्व महाल प्रकाशित करण्यात येई. या महालातील भव्य आरशांत हा प्रकाश परिवर्तित होऊन महाल अधिक उजाळला जाई. त्यामुळे सभागृहातील विविध प्रकारची चित्रे, झुंबरे, हंड्या यांचे विलोभनीय सौंदर्य अवर्णनीय असे. मनोरंजनाचे अनेक प्रकार सभागृहात साजरे करण्यात येत. त्यात प्रयोगीय

कलांना (पर्फॉर्मिंग आर्ट्स) विशेष उत्तेजन देण्यात येई. एकूण गणपती समोरची आरास, तिथल्या विविध प्रकारच्या चित्रांच्या तसबिरी, आरसे आणि अन्य शोभेच्या वस्तू यांमुळे गणेश महालाला वेगळेच स्वरूप प्राप्त होई. या सभागृहाच्या मध्यवर्ती जागी जरतारी रेशमी व सोनेरी किनखाबीचे विणकाम केलेली पेशव्याची गादी (मस्नद) किंवा बैठक असे. तीही या रोषणाईत चमकत असे. या मस्नदीच्या दोन्ही बाजूंस प्रमुख मराठा मानकरी, सरदार, शिलेदार आणि इतर दरबारी अधिकारी उत्तम प्रकारचा रेशमी पोषाख करून हिरेमाणकांचे कंठे घालून आपापल्या दर्जानुसार ठरलेल्या जागी बसत असत. सवाई माधवराव पेशवे चोपदार आणि भालदारांच्या ललकाऱ्यात धिम्या पावलांनी राजाला शोभेल अशा रुबाबात गणपती रंगमहालात प्रवेश करून सर्वांचे मुजरे स्वीकारत आपल्या बैठकीवर विराजमान होत. त्यानंतर उच्चभ्रू प्रेक्षकांपुढे नृत्य, कथाकथन, संगीतबारी, सोंगे, दशावतारी खेळ इत्यादी कार्यक्रम सादर करण्यात येत.

पेशव्यांच्या शनिवारवाड्यातील गणेशोत्सवावर इ.स. १७९५ मध्ये जो खर्च करण्यात आला, त्याचे तपशील पाहिले तर असे दिसते की, गोसावी हरिदासांनी कथा-कीर्तन राजवाड्यात केले. हे कथाकीर्तनकार एकूण १८१ असून त्यांना बक्षिसादाखल दिलेली एकूण रक्कम २१५५ रुपये होती. त्याशिवाय त्यासर्वांना पोशाख करण्यात आला होता. गाणारे संगीतकार एकूण ३९ होते. त्यांना ३२९ रुपये दिले होते. नृत्यांगनांचे एकूण ४३ ताफे होते. त्यातील मुलींना १०२६ रुपये बिदागी-बक्षिसी देण्यात आली होती. या व्यतिरिक्त काही पखवाज वाजवणारे गुरव संगीतकार होते. त्या ४३ पखवाज वादकांना १२१ रुपये आणि वाजंत्री वाजविणाऱ्यांना २४० रुपये अशी अनुक्रमे बक्षिसी देण्यात आली. अर्थात,वाजंत्रीवाल्याचे एकूण २५ जेथ्थे होते. गणपती उत्सवात राजवाड्यातील सर्व नोकरदार झटत असत आणि त्यांच्यामुळेच तो यशस्वीरीत्या पार पडत असे. म्हणून पेशवे त्यांना गोडधोड फराळासह काही रक्कम बक्षिसादाखल देत असत. या गणपती उत्सवाच्या काळात राजवाड्यात ब्राह्मणांच्या पंगती उठत. तसेच गोरगरिबांना मिठाई व फराळाचे पदार्थ देण्यात येत, ते त्यांच्यात वाटले जात. या उत्सवाच्या दहाव्या दिवशी म्हणजे अनंत चतुर्दशीला शाडूची रंगविलेली गणेश मूर्ती फुलांनी सजविलेल्या पालखीतून

वाजतगाजत नदीवर नेण्यात येत असे. ती केवळ या वार्षिक समारंभासाठी घाईगर्दीत बनविलेली असे. नदीवर मूर्ती नेल्यानंतर तिथे पूजा, धूपारती वगैरे धार्मिक संस्कार झाल्यानंतर मूर्तीचे विसर्जन करण्यात येई. पेशवे या मिरवणुकीबरोबर स्वत: जात असत.

पेशवे काळातील दुसरा महत्त्वाचा आणि प्रमुख सण म्हणजे दसरा किंवा विजयादशमी होय. तो ही त्याकाळी पुण्यात मोठ्या शाही थाटात संपन्न होई. हाही उत्सव दहा दिवस चाले; परंतु विजयादशमी ही संज्ञा दहाव्या दिवशीच्या उत्सवालाच-सणालाच दिलेली आहे. सुरुवातीचे नऊ दिवस दुर्गा किंवा देवीच्या नवरात्राचे असून भवानीदेवी ही भोसल्यांच्या कुटुंबाची-घराण्याची अतिप्रिय कुलदेवता होती. त्यामुळे मराठ्यांच्या सातारा या राजधानीत छत्रपती शाहू महाराजांच्या निधनापर्यंत दसरा हा सण-समारंभ राष्ट्रीय उत्सव म्हणूनच दिमाखात साजरा केला जाई. पुढे बाळाजी बाजीरावाने तो सण मराठ्यांच्या परंपरेचे द्योतक म्हणून तेवढ्याच थाटामाटात व भव्य स्वरूपात दरवर्षी पुण्यात साजरा करण्याची प्रथा पाडली आणि मालकाची स्मृती जागृत ठेवली.

या सणानिमित्त हिंदू लोक विविध प्रकारचे धार्मिक विधी, व्रतवैकल्ये करीत असत. त्या सर्वांचा या छोट्या लेखात आढावा घेणे थोडे कठीणच! खर सांगावयाचे म्हटल्यास हा रामचंद्रप्रभूंचा रावणावरील विजयाचा पवित्र व शुभ दिवस होय. श्रीलंकेच्या अनेक राक्षसांचा नि:पात करून रामाने त्या देशाचा राजा रावण याला ठार केले. त्या दिवसाच्या स्मरणार्थ विजयादशमी हा सण दरवर्षी साजरा केला जातो. या सणा-समारंभाला राजकीय महत्त्व प्राप्त झाले आणि त्या दिवशीची भव्य मिरवणूक आणि पेशव्यांचा दरबार ह्या पुण्यनगरीतील वैशिष्ट्यपूर्ण घटना ठरून गेल्या. त्या संबंधी तत्कालीन पेशवे दरबारातील ब्रिटिश रेसिडेन्ट सर जॉन मॅल्कम लिहितो, '' नवरात्राच्या दहाव्या दिवशी पेशवा आपल्या सर्व संरजामदार प्रमुख सरदार आणि सैन्यासह पुणे शहराच्या बाहेरच्या एका पटांगणात जात असे. प्रत्येक सरदार आपल्या उत्तम घोड्यावर स्वत:ची पताका फडकवीत ऐटीत आणि छानछोकी नव्या भरजरी पोशाखात स्वार झालेला असे. सरदारांची हत्यारे म्हणजे तलवारी-भाले पारजलेले असत. हत्ती, घोडे आणि उंट यांवर साज चढविलेला आणि प्रत्येक पलटणीकडे भडक रंगाचे भगवे ध्वज आणि पताका फडफडताना दिसत.

पुण्यातील बहुतेक सर्व लोक या भव्य मिरवणुकीत सामील झालेले असत; अर्थात त्यांपैकी काही प्रेक्षक असत वा सैनिक-शिपाई असत. ही मिरवणूक पवित्र शमीच्या वृक्षाकडे आगेकूच करीत असे; कारण तो त्या समयी पूज्य भक्तीचा-पूजेचा वृक्ष असे. त्या वृक्षाची यथास्थित पूजा-अर्चा आणि नंतर प्रार्थना झाल्यानंतर श्रीमंत पेशवे त्या झाडाची काही पाने खुडत. या प्रसंगी सर्व बंदूकधारी सैन्य गोळ्या झाडून सलामी देत. तसेच तोफेचे आवाज काढण्यात येत. त्यानंतर पेशवे या प्रसंगासाठी शेत खरेदी करून लावलेले धान्य म्हणजे बाजरी-ज्वारी तृण उपटून हातात घेत किंवा लुटीत. त्यावेळी त्या शेतावर सर्व लोक भाले फेकीत, बंदुकांच्या गोळ्या उडवीत आणि नंतर तिथे घुसून जे काही हाताशी मिळेल ते लुटून आणीत. प्रत्येक जण आपला वाटा मिळविण्याचा प्रयत्न करीत असे. त्यात काहींना मूठभर ज्वारीचे कोंब मिळत, तर अन्य एक दोन तृण देठावरच समाधानी असत. मात्र सर्वजण आनंदाने आरोळी देत घरी माघारी परतत. त्यानंतरची संध्याकाळ आणि रात्र आनंदोत्सव आणि मौजेत व्यतीत करीत. याशिवाय या समारंभाचे आणखी काही रिवाज व वहिवाटी आढळतात. त्या मुख्यत्वे मराठा समाजात रूढ आहेत. त्यानुसार मेंढी-बोकड आणि रेडा यांचा देवीसमोर बळी देऊन त्यांचे रक्त घोड्यावर शिंपडतात. त्यासाठी खास समारंभ करतात आणि या जनावरांचे मांस ब्राह्मणेतर सर्व जमातीत-ज्ञातीत वाटतात. अनेक वेळा सेना प्रमुख किंवा सरदार-शिलेदार आपल्या हाताखालील सैनिकांना बोकड वा मेंढी विकत घेण्यासाठी पैसे देतात. त्यातून ते तो प्राणी बळी देऊन आमिष भक्षण करतात. किंबहुना दसऱ्याला उत्तमपैकी मांसाहाराचे जेवण करणे, हा एक या सणामधील महत्त्वाचा घटक मानला जातो."

सीमोल्लंघन करून सोने (शमीची पाने) लुटून शनिवारवाड्यावर पेशवे परतल्यानंतर त्यांनी राजवाड्यात दसऱ्याच्या समारंभाप्रीत्यर्थ दरबार भरविला, सर्व लष्करी अधिकारी, सेनापती, सरदार, शिलेदार आणि दरकदार यांनी पेशव्यांना नझराणा देऊन आदरदर्शक मुजरा केला. त्यांना पेशव्यांनी भरजरी किंमती पोशाख देऊन त्यांच्या मोठेपणा व दर्जानुसार मानसन्मान केला. सवाई माधवराव पेशव्यांनी इ.स. १७९४ सालातील दसरा दरबारात आपल्या प्रजेतील सन्माननीय सरदार-दरकरदार आदींना सन्मानार्थ जो पोशाख प्रदान केला,

त्यासाठी २,२०,१४४ रुपये खर्च झाले. त्यांतील प्राप्तकर्ते मानकरी पुढील प्रमाणे होते-

सातारचे छत्रपती, त्याची कुटुंबीय मंडळी आणि सरदार:	रु.२७,३८३
पंत प्रतिनिधी, त्यांचे कुटुंब आणि सरदार	: रु. १२८३
पंत सचिव, त्याचे कुटुंब आणि सरदार	: रु. ६०३
चिंतामणराव पटवर्धन, त्यांचे कुटुंब व सरदार	: रु. १२३८
परशुराम रामचन्द्र, त्यांचे कुटुंब आणि सरदार	: रु. १०८९
तुकोजी पवार, त्यांचे कुटुंब व सरदार	: रु. ७८९
खंडेराव विठ्ठल विंचुरकर, त्याचे कुंटुब आणि सरदार	: रु. २७५६
कृष्णराव बळवंत, त्यांचे कुटुंब आणि सरदार	: रु. २३९८
हणमंतराव दरेकर, त्याचे कुटुंब आणि सरदार	: रु. ८२७
दौलतराव घोरपडे, त्यांचे कुटुंब आणि सरदार	: रु. ६०४
रघुजी भोसले, त्यांचे कुटुंब आणि सरदार	: रु. ६४४०
हैदराबादचा निझाम, त्याचे कुटुंब आणि सरदार	: रु. ५८८८
चिंतामणराव हरी फडके, त्यांचे कुटुंब आणि सरदार	: रु. ११२०
दौलतराव शिंदे त्यांचे कुटुंब आणि सरदार	: रु. ११२९७
अली बहादूर	: रु. २०१५

याशिवाय घोडदळातील उच्चाधिकारी आणि शिलेदार यांचाही सन्मान पेशव्यांनी वस्त्रे देऊन केला. त्या वस्त्रांसाठी वा पोशाखासाठी ३४,०३३ आणि ७९,७०३ रुपये अनुक्रमे खर्च पडलेली नोंद पेशवे दप्तरात आढळते. याच दरबारात ब्रिटिश रेसिडेंट सर चार्ल्स मॅलेट यांचाही रीतिरिवाजाला धरून पेशव्यांनी सत्कार व मानसन्मान वस्त्रे देऊन केला. त्याची किंमत सुमारे ६०० रुपये १२ आणे होती आणि त्याचा वकील नुरुद्दीन हुसेन खान यासही २०४ रुपये आठ आणे किंमतीची वस्त्रे पेशव्यांनी देऊन त्याचा सन्मान केला. सर्व

लष्करी अधिकारी आणि नागरी प्रशासनातील कारभारी मंडळी तसेच प्रमुख कारखान्यांचे मुख्य अधिकारी आणि अन्य सन्माननीय व्यक्ती अशी जी कोणी माणसे या सन्मानार्थ लायक होती, त्या सर्व आसामींचा पेशव्यांनी यथास्थित वस्त्रे देऊन मानसन्मान व सत्कार केला. या सत्कार सभारंभात पेशव्यांनी रघुनाथरावांच्या नाटकशाळांचे सुद्धा वस्त्रे देऊन सन्मान केले, हे विशेष होय. ही वस्त्रे देऊन दसऱ्याच्या दिवशी मानसन्मान करण्याची पद्धत वा रूढी पेशवाईत अखेरपर्यंत म्हणजे पेशवाईच्या इ.स. १८१८ मधील अध:पतनापर्यंत चालू असल्याचे लिखित दाखले मिळतात. हा रीतिरिवाज पेशवाईच्या अंतानंतर ब्रिटिशांनी पुढे चालू ठेवला; मात्र ब्रिटिश शासनाने दसऱ्याऐवजी ही प्रथा राजा अथवा राणी यांच्या जन्मतिथीला- दिनाला (वाढदिवसाला) आचरणात आणण्याचे ठरविले व त्याप्रमाणे हे मानसन्मान चालू होते. त्या वाढदिवशी पुण्यात ब्रिटिश एजंटाच्या अध्यक्षतेखाली वार्षिक दरबार भरत असे आणि दक्षिणेतील भूतपूर्व सरदार व अन्य मानकऱ्यांचा सत्कार-सन्मान होत असे. या सत्काराचे मूळ अर्थातच पेशवाईतील दसरा समारंभाकडे जाते. पेशवेकाळात दसऱ्याच्या सणानिमित्त अनेक लष्करी पद्धतीचे खेळ-स्पर्धा पुण्यात होत असत. त्याच पद्धतीवर सध्याही ब्रिटिश शासनाच्या या समारंभात काही स्पर्धा होतात. त्याही आकर्षक असून लोकप्रिय झालेल्या आहेत.

पेशवे काळातील तिसरा आणि महत्त्वाचा सण म्हणजे होळी पोर्णिमा होय. हा सण म्हणजे हिंदूंमधील सर्व जातिजमातींचा आनंदोत्सव असून दैनंदिन कामातून विरंगुळा मिळविण्याचा तो दिवस असे. पेशवे कुटुंबीय तो राजवाड्यात (शनिवारवाडा) अतिशय उत्साहाने व उमेदीने साजरा करीत. हा कामाचा सुट्टीचा दिवस असल्यामुळे त्या दिवशी मौजमजा आणि थट्टामस्करीला ऊत येई. फाल्गुन महिन्यातील पौर्णिमेस होळीच्या सणाचा प्रारंभ होत असे आणि पुढे तो पाच दिवस चालत असे. या सणात बालकांपासून वृद्धांपर्यंत सर्व लोक सहभागी होत, कारण हा वसंत उत्सवच मानला जाई. पेशवेकाळात या समारंभाच्या निमित्ताने सर्व स्तरांतील व सर्व दर्जाच्या प्रजेला स्वैर वर्तनाचा जणू परवानाच दिलेला असे. या सुटीच्या कालावधीत लोक सर्व प्रकारांनी मनोरंजन करून घेत. मग त्यांत मद्यपीही असत. या उत्सवाच्या काळात पेशव्यांच्या राजवाड्यात (शनिवारवाड्यात) नृत्य, संगीत आणि

वाद्यवृंद यांच्या मैफली होत. देशातील नामवंत कलाकार आपल्या कलेचे प्रदर्शन करीत आणि खुद्द श्रीमंतांसह पुण्यातील आम जनता त्यांचे कौतुक व गुणग्रहण करी. त्या काळातील भवई गुजराथी आणि वेंकट-नरसी हे अत्यंत ख्यातनाम गवई होते. त्याकाळी नाटकांचे नियमित प्रयोग होत नसत; परंतु काही विनोद नटवे (कलाकार) होते. ते दरबारात काही पौराणिक एकपात्री भूमिका सादर करीत. त्याबद्दल त्यांना पेशव्यांकडून बक्षीस दिले जाई. पेशव्यांच्या रोजनिशीत या कार्यक्रमांच्या सदंर्भात इ.स. १७८५ मधील एक प्रसंग नोंदविला आहे. सुपा येथील बाललिंग नाईक आणि लक्ष्मण गुरव या दोन कलाकारांनी (नटांनी) पेशव्यांच्या समोर शनिवारवाड्यात होळी सणानिमित्त दशावताराच्या भूमिका (सोंगे) सादर केल्या आणि त्याबद्दल श्रीमंतांनी (पेशव्यांनी) प्रत्येकास तीस रुपये बक्षिसी आणि वस्त्रे दिली. होळीच्या सणाची पाचव्या दिवशी रंगपंचमीच्या सणाने समाप्ती होई. या दिवशी केशर आणि पळसाची फुले यांपासून तयार केलेले रंगमिश्रित पाणी पिचकाऱ्या व लहान भांडी यांतून लहानमुलांसह तरुण-म्हातारी मंडळी एकमेकांवर उडवीत. हा रंगपंचमीचा सोहळा पेशवे मंडळी सामान्यत: पुण्यातील हिराबाग या सुखासीन प्रासादात साजरा करीत. त्या ठिकाणी शिंदे, होळकर, भोसले यांसारख्या श्रेष्ठ सरदारांना खास आमंत्रित करण्यात येई. शिंद्यांच्या निवासस्थानातील संरक्षक दलाचा मुख्य सेनापती मेजर ब्राऊटन एकदा या रंगपंचमीच्या सणानिमित्त पेशव्यांच्या दरबारात हजर होता. त्याने चक्षुर्वैसत्यम असे प्रत्यक्ष डोळ्यांनी पाहिलेले व अनुभवलेले या सणाचे वैभव अत्यंत चपखल शब्दांत लिहून ठेवले आहे. तो लिहितो, ‘‘अशा प्रकारचे आनंददायी दृश्य मी माझ्या जीवनात (हयातीत) कधीच पाहिले नाही. तुम्ही तुमच्या मनश्चक्षूपुढे पुढील काल्पनिक दृश्य आणा! सोने आणि चांदी यांच्या अलंकार व कलावस्तूंनी सजलेल्या नृत्यांगनांचे ताफे एकापाठोपाठ एक याप्रमाणे पुढे येत होते. त्या मुलींचा भपकेबाज भरजरी पोषाख अबीर गुलालाने माखला होता व त्यावरून नारंगी रंगाचे पाणी ओघळत होते. त्या मनमोकळेपणाने आता कुठे होळीची गाणी म्हणत होत्या, तोच महाराजांच्या यंत्रामधून त्यांच्यावर पाण्याचा फवारा शिंपडला गेला. तेव्हा अंग चोरून घेत वरकरणी त्यांनी लज्जेने किंकाळ्या फोडल्या. ढोल, ताशे, तुताऱ्या, व्हायोलियन आणि झांज या वाद्यांच्या बदसूर आवाजात तेथील गोंगाट बुडून

गेला होता. ज्यांनी यशस्वीरीत्या अबीर गुलाल उधळला व जे त्यांच्या तावडीत सापडले, त्यांनी गलबला केला; मात्र हास्यकल्लोळ आणि प्रशंसात्मक टाळ्यांचा गजर सर्व बाजूंनी होत होता. प्रेक्षक हास्यस्फोटात सुखावला होता. तुम्हाला शक्य असेल,तर तुम्ही कल्पना करा अशा प्रकारचा विलक्षण वस्तुनिष्ठ जमाव इतरत्र आढळेल का? मग हे सर्व दृश्य चमकणाऱ्या गुलाबी व पिवळ्या दोन रंगछटात रेखाटा म्हणजे तुम्हाला या दृश्याची काहीशी कल्पना तरी येईल, जे सर्वार्थाने अवर्णनीय होय.''

दुसऱ्या बाजीरावाच्या वेळी होळीच्या सणाने सभ्यतेच्या सर्व मर्यादा ओलांडल्या होत्या आणि हीन अभिरुची आणि निर्लज्जपणा यांचे हा सण म्हणजे एक किळसवाणे दृश्य झाले होते.

मराठ्यांच्या एकूण लोकप्रिय क्रीडाप्रकारांत मल्लविद्या आणि शारीरिक कसरती यांसारख्या ॲथलेटिक खेळांना विशेष महत्त्व प्राप्त झाले होते. पेशवे काळात या खेळांचा अधिक विकास झाला. त्यांना उत्तेजन मिळाले आणि काही नामवंत पैलवान पुढे आले. या सुमारास मल्लविद्येतील स्पर्धा फार चुरशीच्या व प्रखर असत. विशेषत: मुष्टियुद्ध आणि कुस्ती यांवर लक्ष असे. कुस्तीतील विजय किंवा अजिंक्यपद हे त्या कुस्तीगाराचे महत्कृत्य व पराक्रम समजला जाई, त्याला श्रीमंत पेशवे चांगली बिदागी देत. वज्रमुष्टी हा त्याकाळी अत्यंत आवडता खेळ होता. त्यामध्ये मुष्टियुद्ध आणि मल्लयुद्ध यांचे मिश्रण असे आणि जे ॲथलेट किंवा खेळाडू वज्रमुष्टी क्रीडाप्रकारात सहभागी होत, त्यांना जेठी म्हणत. सर चार्ल्स मॅलेट आणि त्यांचा कर्मचारीवर्ग या खेळांत फार रस घेत होते. या खेळांचे प्रयोग पाहण्यासाठी ते खास करून राजवाड्यावर हजर राहात असत. त्यांच्यापैकी मेजर प्राईस याने आपल्या रोजनिशीत या खेळांविषयीचा वृतांत लिहून ठेवला आहे. तो असा–

''या खेळांडुविषयी (मुष्टियोद्धे) आणि त्यांच्या खेळाविषयी मला असे म्हणावे वाटते की, या खेळासाठी (कुस्तीकरिता) नेहमी एक वर्तुळाकार सात फूट खोल हवदा खणीत, त्याच्या बाजू जमिनीशी काटकोनात असत व त्याचा परिघ साधारणत: तीस फूट असे. हौद्याच्या तळात माती घालीत. जेठी लंगोट हे तोकडे वस्त्र सोडल्यास जवळजवळ नग्न असत. त्यांच्या हातांच्या बोटांत

नखांचा आकार दिलेले शिंगांपासून बनविलेल्या मुठी असत. या क्रीडा प्रयोगात कुस्ती व वज्रमुष्टी या दोन्हींचा अंतर्भाव असे. या खेळाडूंना योग्यप्रकारे आणि काळजीपूर्वक प्रशिक्षण दिलेले या प्रसंगी दृष्टोत्पत्तीस आले. पेशवे हे दृश्य पाहून अतिशय आनंदित झालेले दिसले. शिवाय ज्या वेळी मुष्टियोद्धे पेशव्यांचा उल्लेख 'दख्खन का बादशाह' असा पुकारा देऊन मुजरा करीत, त्यावेळी ते बेहद खूश होत. या सुमारास पेशवा वीस वर्षांचा असावा, पण तारुण्याने मुसमुसलेले त्याचे व्यक्तिमत्त्व अतिशय आकर्षक होते.''

सवाई माधवरावांच्या वेळी गोविंद जेठी, मीना जेठी आणि तिम्मा जेठी हे दसऱ्याच्या पोषाखाचे सन्माननीय मानकरी होते. त्यांना माधवरावांनी अनुक्रमे १५० रुपये, १४७ रुपये आणि ९९ रु. आठ आणे किंमतीची वस्त्रे प्रदान केली होती. या खेळांत पेशव्यांपासून सर्व मराठे सरदार आणि घोडदळातील सैनिकांपर्यंत सर्वजण रस घेत असत.

पेशवे घराण्यातील बहुतेक सर्व पुरुषमंडळी घोड्यावर उत्तम बसत असत आणि घोड्यावरून भाला फेकण्यात तरबेज होती. शिवाय सर्व तलवारबहाद्दर असून तलवार चालविण्याच्या कलेत निष्णात होते. या सर्व युद्धकाळात त्यांनी विशेष प्रशिक्षणही घेतलेले होते. रॉबर्ट मेबॉन हा सवाई माधवराव पेशव्यांच्या इ.स. १७९४ मधील घोड्यावरून भाला फेकण्याच्या प्रयोगाच्या वेळी हजर होता. त्याने चक्षुर्वैसत्यम पाहिलेली चित्तथरारक घटना खालील शब्दांत वर्णन केली आहे.

''लांब भाला घेऊन राजपुत्रास (सवाई माधवराव) खेळताना पाहून मी अतिशय आनंदित झालो. त्याच्याबरोबर परशुरामभाऊ पटवर्धन आणि इतर मराठे सरदार होते. या खेळाकरिता म्हणूनच पर्वती टेकडीच्या पायथ्याला पेशव्यांनी एक प्रशस्त मैदान बनवून घेतले होते. पर्वती टेकडीवरील त्याच नावाच्या देवतेमुळे या टेकडीला पर्वती हे नाव पडले होते. या मैदानाभोवती अनेक शिपाई आणि हुजरे उभे होते. मैदानाच्या मध्यभागी एक लगोऱ्यांची रास रचून ठेवली होती. पेशव्यांनी आपला घोडा मंडळाभोवती फिरविला. त्यांच्या भाल्याच्या टोकाला (अणकुचीदार सुळाला) लाल कापडात गुंडाळलेला चेंडू बसविलेला होता. पेशवे हातात भाला धरून घोडा चौखुर उधळत (भरधाव)

लगोऱ्यांच्या राशीपाशी आले. त्यांनी घोड्यावरूनच निमिषार्धात लगोऱ्यांची रास पाडली तिथे चेंडू पडला आणि विजय उत्साहाने ते मागे फिरले. सर्वांनी टाळ्यांच्या गजरात त्यांच्या यशस्वी प्रयत्नांचे कौतुक केले. त्यांच्या मागून परशुरामभाऊ त्याच पद्धतीने घोड्यावर बसून भरधाव आले. पण त्यांना लगोऱ्या पाडण्याचे तंत्र जमले नाही. दुसऱ्या अन्य सरदारांनीही तो प्रयत्न करून पाहिला, पण त्यांपैकी कुणालाही ते जमले नाही, इतर कोणत्याच सरदाराला ते साधता आले नाही. मात्र एका सरदाराने आपला घोडा त्या मंडळाभोवती उन्मत्तपणे फिरविला. तेव्हा पेशव्यांनी त्याचा पाठलाग करून त्याला भाल्याने डिवचून खाली पाडण्याचा प्रयत्न केला. अर्थात त्याने माघार घेत असताना बचावात्मक पवित्रा घेतला. तरीसुद्धा या राजपुत्राने भालाफेकीच्या प्रावीण्यामुळे अखेर त्यास खाली पाडण्यात यश मिळविलेच! अश्वविद्येतील हे श्रेष्ठ दर्जाचे कौशल्य व कसब पाहून मी अक्षरशः थक्क झालो. एकूण सर्व मराठे राजे, सरदार, शिलेदार आपल्या घोड्यांना उत्तम वळण लावीत आणि शिक्षण देत. ते आपल्या उमद्या जनावरांना तरबेज करण्यात ना श्रमाकडे पाहत, ना पैशाकडे पाहात! त्यामुळे या सर्वांचे शिकविलेले घोडे एवढे तरबेज होते की, भरधाव सुटलेले असले, तरी घोडेस्वाराच्या इशाऱ्याच्या शब्दाबरोबर जागच्या जागी खाडकन थांबत असत.''

हत्तींच्या झुंजींमध्ये सर्वच पेशव्यांना विशेष रस होता आणि हा छंद त्यांनी जोपासला होता, ही गोष्ट प्रामुख्याने नमूद करण्यासारखी आहे. या झुंजीकरिता हत्तींना वेगळे शिक्षण देण्यात येई. माहूत याबाबतीत विशेष काळजी घेत. मुंबईतील ब्रिटिश शासनातील एक सदस्य विल्यम प्राईस ब्रिटिशांच्या वकिलातीतून इ.स. १७५९ मध्ये पुण्यास आला होता. त्याने त्यावेळची एक घटना आपल्या रोजनिशीत नोंदवून ठेवली आहे. ती अशी '' रविवारी तीस तारखेला नानासाहेब उर्फ बाळाजी बाजीराव पेशव्याने मला निमंत्रण धाडले. त्यात त्यांनी शहराबाहेरच्या एका तंबूत येण्याविषयी कळविले होते. या तंबूत मी गेलो. तिथे त्याने मला हत्तीच्या झुंजी पाहावयास लावून माझे चांगलेच मनोरंजन केले. या झुंजी जवळ जवळ तीन तास चालल्या होत्या.''

अशा प्रकारच्या प्राण्यांच्या झुंजी सामान्यतः सन्माननीय पाहुण्यांचे मनोरंजन करण्याच्या उद्देशाने आयोजित करण्यात येत. या प्रसंगासाठी अनेक

प्रकारचे प्राणी पाळलेले असत आणि त्यांना पुणे येथील पेशव्यांच्या प्राणिसंग्रहालयात उत्तम प्रशिक्षण दिलेले असे.

पर्वतीच्या पायथ्याला एक सुरेख बाग होती. तीत पेशव्यांचा प्राणिसंग्रह होता. या प्राणिसंग्रहालयात हरतऱ्हेचे सुंदर व दिमाखदार प्राणी होते. त्यात विविध जातीचे पक्षी, सर्प असून मत्स्यालय होते. जवळजवळ या संग्रहालयात शंभर एक किंवा त्याहून अधिक प्राणी असतील. हा प्राणिसंग्रह दक्षिणेकडील एक अद्वितीय असा, कदाचित एकमेव असावा आणि या प्राणिसंग्रहालयाच्या व्यवस्थेसाठी व जनावरांची उत्तम निगा ठेवण्यासाठी पुण्यात पेशवे सरकारात नाना फडणीस यांनी स्वतंत्र खाते उघडले होते. मेजर प्राईस याने इ.स. १७९१ मध्ये पुण्याला भेट दिली, तेव्हा त्याने हे प्राणिसंग्रहालय दस्तुरखुद्द पाहिले. त्याविषयी तो लिहितो,

''मी पुण्यात वास्तव्याला असताना माझ्या पुण्याच्या मुक्कामात माझ्या चिरंतन स्मरणात राहणारी एक गोष्ट म्हणजे पेशव्यांचा उत्तम प्राणिसंग्रह होय. मी आमच्या संगम निवासस्थानातील (रेसिडेन्सीमधील) काही सहकारी मित्रांना घेऊन श्रीमंतांच्या निमंत्रणावरून पर्वतीच्या पायथ्याशी असलेल्या प्राणिसंग्रहालयास भेट दिली. या प्राणिसंग्रहालयात सर्वोत्तम प्राणी नसले तरी उत्तम रानटी प्राण्यांचे नमुने होते. ते मी प्रथमच पाहात होतो. प्रामुख्याने या पशुसंग्रहालयात सिंह आणि गेंडा यांनी माझे विशेष लक्ष वेधून घेतले. ते अतिशय प्रमाणबद्ध आणि उत्साहवर्धक वाटत होते. जणू ते आपल्या मूळ जंगलातच फिरत आहेत, असे दिसत होते. एवढी त्यांना या संग्रहालयात मोकळीक होती. जंगलचा राजा आणि प्राण्यांचा अधिपती सिंह भयानक वाटत असला, तरी त्याचा रुबाब आणि चालण्याची ढब मनावर बिंबत होती. त्याचे रसरसलेले मांसाळ शरीर पूर्णत: स्वच्छ दिसत होते. त्याचा तो चेहऱ्याचा भाग भव्य, जाडजूड आणि रुंद दिसत होता. या सर्वांचा एकत्र विचार केला, तर सिंह रुबाबदारपणा, कृती आणि शक्ती यांचे पूर्ण प्रतीक वाटत होता. एकूण ''निसर्गातील सर्व प्राण्यांचा विचार केला तर या प्राण्याशी कुणाचीच तुलना होणार नाही. त्याला पूर्णत: मोकळा ठेवला होता आणि तो सुद्धा एका उघड्या मंडपात होता. त्याला फक्त साखळीने एका बळकट खांबाला बांधला होता. त्यामुळे सर्व बाजूंनी पुरेशी खेळती हवा होती. त्यामुळे सामन्यत: अशी हिंस्र

जनावरे पिंजऱ्यात ठेवली असता जी किळसवाणी उग्र दुर्गंधी येते, ती इथे बिलकूल नव्हती; कारण आम्ही पिंजऱ्यात कोंडलेल्या अशा हिंस्र प्राण्यांच्या दुर्गंधीचा अनुभव घेतलेला होता. नि:स्तब्ध-शांत बेपर्वाईच्या मन:स्थितीत हा ऐश्वर्यशाली राजबिंडा प्राणी मागील दोन पाय दुमडून भव्य छाती पुढे काढून बसला होता. त्याचा छातीचा भाग वरखाली होत होता आणि पुढील पंजा मानेवर होता. त्याला पाहण्याऱ्या प्रेक्षकांकडे तो पूर्णत: दुर्लक्ष करीत होता. कदाचित हा प्रसंग त्याच्या नित्याच्या परिचयाचा असेल! आमच्या मनात या प्राण्याविषयी भीतियुक्त आदर होता, तरीसुद्धा त्याचा प्रभाव आमच्यावर पडला. मला फारसे आश्चर्य वाटणार नाही, की ख्यातकीर्त अलेप अर्स्लान याला अशी प्रवृत्ती होती की तो आपले केस आणि दाढी भरमसाठ वाढवीत असे. त्याचा हेतू या अजस्र प्राण्यांशी साम्य दर्शविण्याचा असावा, किंवा चेहऱ्याचा भाव तरी तसा दाखवीत असे. ह्या उमद्या आणि अजस्र प्राण्याला पाहिल्यानंतर आमच्या असे लक्षात आले की, त्याला नियमित खाना दिल्यामुळे आणि त्याची काळजीपूर्वक निगा राखल्यामुळे आम्हाला सिंह या जातीचा उत्कृष्ट नमुना पाहण्याची संधी मिळाली, कारण हा सिंह पूर्णत: जंगलातील स्वायत्त सिंहासारखा भरलेला शरीराने धष्टपुष्ट होता. नाहीतर आम्ही जंगलात क्षणभंगूर एकान्तवासात असे सिंहाचे दर्शन घेतो किंवा एक्सटेरचेंज या भरभरटलेल्या राज्यात प्रदर्शनात पाहतो. सिंहाच्या नंतर तेवढ्याच मोकळ्या हवेत आणि त्याच पद्धतीने साखळदंडाने बांधलेला पण भरगच्च शरीराचा आणि पूर्ण नमुना हुबेहुब प्राणी म्हणजे गेंडा होय. त्याला मी यापूर्वी पाहिलेला नव्हता. हा ओबडधोबड-आकृतिहीन आक्राळविक्राळ बेढब प्राणी फक्त प्रदर्शनातच नेहमी दिसायचा आणि तोही शरीर झाकलेल्या स्थितीत आणि त्याच्या सुरकुतलेल्या घट्ट कातड्याला घड्या पडलेल्या अवस्थेत आढळत असे; मात्र या ठिकाणी हा प्रचंड प्राणी त्याच्या नैसर्गिक अवस्थेत अत्यंत प्रमाणबद्ध असा दिसत होता. त्याचे चिलखतसदृश्य कवच-कातडे (शरीर) पूर्ण विस्तारलेले होते, विस्फोटजनक होते. ते एखाद्या पूर्ण वाढलेल्या डुकराच्या वर्तुळाकार डोक्याप्रमाणे होते; पण त्याचवेळी ते अत्यंत चैतन्यमय होते. त्यामुळे मला असे म्हणण्याचा मोह होते की, ते एखाद्या डुकराच्या दूध पिणाऱ्या पिल्लासारखे चैतन्यमय होते, आनंदी होते. खरोखरी जेव्हा येथील

अभिरक्षकाने (संरक्षक सेवकाने) एका काठीने त्याला किंचित स्पर्श केला, त्यावेळी गेंडा एकदम मागच्या पायावर उभा राहिला. त्याच्या चपलतेचे मला आश्चर्य वाटले. मी तत्काळ त्याची वाईनच्या नळकांडीशी तुलना केली, जी एका बाजूला घट्ट लावलेली असते. त्याच्या सर्व हालचालींत जड अंग असूनही चपळता दिसत होती. ती या प्राण्याच्या बाबतीत मला आश्चर्यकारक वाटली. त्याचा लहान पण तीक्ष्ण डोळा चकाकताना दिसत होता आणि त्यात पूर्ण चैतन्य व उत्साह होता. त्याच्या नाकावर मांसाळ असलेला शिंगसदृश अवयव अद्यापि पूर्ण वाढलेला नव्हता. त्याने मागे वळून पाहिल्यावर त्याचा हूक प्रमाणे आकार झाला आणि हाच मुळी त्याच्या शक्तीचा दाखला होता. त्याची धडक म्हणजे एक जबरदस्त शक्तीच होती. हत्तीच्या शक्तीपेक्षाही त्याची शक्ती जास्त असावी; कारण त्याच्या शक्तीविषयीचे जे वृतान्त आम्हाला मिळाले होते, ते निश्चितच हत्तीला ओलांडून जाणारे होते. सिंह, गेंडा यांशिवाय या प्राणिसंग्रहालयात अनेक वाघ आणि इतर अशाच प्रकारचे अन्य प्राणी होते; परंतु ते फारसे पाहण्यासारखे वा निरीक्षण करण्यासारखे नव्हते, किंबहुना इतर मती गुंग करतील अशा विशाल प्राण्यांपुढे हे किरकोळ प्राणी पाहणे हे अर्थशून्यच ठरेल!''

ब्रिटिश रेसिडेंट सर चार्ल्स मॅलेट याने पेशव्यांच्या या प्राणिसंग्रहालयात जातीने लक्ष घातले आणि रस घेतला होता. त्याने अनेक प्राणी, पक्षी आणि तत्सम पशुपक्षी या पर्वतीच्या पायथ्याला असलेल्या प्राणिसंग्रहालयास दिले होते. त्यामुळे या प्राणिसंग्रहालयाच्या विस्ताराचे काही प्रमाणात श्रेय मॅलेटसाहेबांकडे जाते. आजही ही जागा पेशव्यांचा शिकारखाना म्हणून ओळखली जाते.

या प्राणिसंग्रहालयात अनेक माणसाळलेली हरिणे आणि काळविटे होती. त्यांपैकी काही सुरेख प्रजातीतील होती आणि चांगला सराव (बुजरेपणा गेलेली) झालेली होती. काळविटांना संगीतात गोडी होती आणि त्यांना नृत्याचे धडे दिलेले होते. संगीताच्या तालावर डुलण्याची शिकवण त्यांना दिली होती. एवढेच नव्हे तर प्रेक्षकांच्या मनोरंजनासाठी ती झोपही घेत- झोपाळ्यार चढत. सर चार्ल्स मॅलेट याने श्रीमंत माधवरावांनी इ.स. १७९२ मध्ये त्यांचे जे मनोरंजन केले, त्याचा वृतांत लिहून ठेवला आहे. तो असा-

"पेशव्यांनी मला अपूर्व देखावा (दृश्य) पाहण्यासाठी आमंत्रित केले होते. हा देखावा पर्वतीच्या पायथ्याला असलेल्या खास बागेत म्हणजे रमण्यात होता, पुण्यापासून सुमारे चार मैलांवर. मी दुपारी दोन वाजताच माझे काही मित्र व लवाजमा घेऊन निघालो आणि लवकरच तिथे पोहोचलो, तेव्हा तिथे एक भव्य शामियाना उभारला होता. आमचे दारावरच काही मातब्बर सरदारांनी स्वागत केले. त्यानंतर आम्ही सर्वजण शामियान्यात जाऊन भारतीय बैठकीवर बसलो. त्यानंतर थोड्या वेळाने श्रीमंत सवाई माधवरावांची स्वारी आली. त्यावेळी चार सुरेख व अंगाने भरलेली गोंडस काळविटे शाही थाटात हळुवारपणे शामियान्याकडे येत होती. त्यांच्यामागे घोडेस्वारांचे अर्धवर्तुळ पथक संरक्षणार्थ कड्यासारखे केले होते. प्रत्येक घोडेस्वाराच्या हातात लाल रुमाल बांधलेली लांब काठी होती. काळविटे शामियान्याजवळ येताच ताशे, वांजत्री, चौघडे, नौबती इत्यादी वाद्ये जोराने वाजू लागली. चार काळविटांपैकी तीन काळविटे मंद गतीने आत शिरली. पेशव्यांच्या बैठकीसमोर भारतीय करमणुकीसाठी वापरतात तसे दोन झोपाळे बांधले होते. पेशव्यांच्या प्रवेशाबरोबर वाद्यांचा कर्कश आवाज थांबविण्यात आला आणि सनई व तबला ही सौम्य वाद्ये सुरू झाली. त्यांच्या सुरात प्रत्येकी एक काळवीट तेथील झोपाळ्यावर बसले आणि उरलेल्यांपैकी एक पाय दुमडून ऐटीत समोर बसले; मात्र जे एक लाजरे-बुजरे मागे रेंगाळत होते, तेही नंतर पुढे येऊन त्याच पद्धतीने गवताची काडी चघळत बसले; त्यानंतर वाद्यांचा आवाज कमी करण्यात आला. त्या क्षणी नृत्यांगनांचा एक संच आत आला आणि सौम्य मंजुळ सुर-संगीताच्या साथीत त्यांनी काळविटांसमोर नृत्य सादर केले. त्यावेळी झोपाळ्यावर काळविटांना झोके दण्यात आले. काळविटे गवताची काडी चघळत शांतपणे व समाधानाने बसली होती. त्यांच्यात कोणतीही चलबिचल नव्हती. अशा पद्धतीने मनोरंजनाचा कार्यक्रम चालू होता. पेशव्यांनी थांबण्याचा इशारा देईपर्यंत नृत्य चालू होते. नृत्य थांबताच काळविटे उठली. हार घालून त्यांचे कौतुक करण्यात आले आणि नंतर ते चार प्राणी हळूहळू शामियान्यातून एकत्र बाहेर पडले."

"या प्रशिक्षणाविषयी पेशव्यांनी मला सांगितले की, या काळविटांना माणसाळण्यासाठी सात-आठ महिने लागतात. शिक्षणाव्यतिरिक्त इतर वेळी ती आपल्या मनाप्रमाणे, त्यांच्या नैसर्गिक प्रवृत्तीनुसार मोकळ्या जागेत स्वैर

संचार करीत असतात. जरी रमणा हा शब्द मी या जागेसाठी वापरला असला, तरी येथे या प्राण्यांना विशिष्ट बंधन असे नाही, आणि या छोट्या वनाला कुंपणही नाही. मात्र हे शिक्षण या प्राण्यांना काही भुकेच्या आमिषाने किंवा भितीच्या धाकाने दिलेले नाही; तर ती काळविटे संगीताच्या आकर्षणाने इथे जमतात आणि लोकांत मोकळेपणाने मिसळतात. हे सर्व ऐकून मी थोडा भांबावलो. पेशव्यांनी माझे मन नि:शंक करण्यासाठी पुन्हा एकदा सांगितले की संगीताच्या आकर्षणाने, मदतीने ती लोकांत मिसळतात. कदाचित काही माणसांच्या कल्पकतेने ही कला त्यांना शिकवली जात असावी. त्या शिवाय ही सुंदर व निष्पाप काळविटे अशी माणसाळणार नाहीत. परंतु पेशवे मात्र या करमणुकीने बेहद्द खुश झालेले दिसले. ब्राह्मणांच्या या शामियान्यात निष्पापपणाचे प्रदर्शन झाले.''

पुढे सर चार्ल्स मॅलेटने एका ब्राह्मण मूर्तिकाराकडून या रमण्यातील (प्राणिसंग्रहालयातील) सर्व प्राण्यांचे मातीचे पुतळे बनवून घेतले. त्यांचे सर चार्ल्स मॅलेट मधे उभा असलेले रेखाचित्र प्रसिद्ध आहे. पूर्वी ते सातारच्या ऐतिहासिक संग्रहालयात होते. या पशुसंग्रहालयाजवळच पेशव्यांचा शिकारखाना होता. पर्वतीच्या परिसरात अनेक हरिणे होती आणि सवाई माधवराव पेशव्यास त्यांच्या शिकारीचा छंद जडला होता. त्यामुळे मृगयेत त्यांचा बराच काळ जाऊ लागला. पेशव्यांच्या या मृगयेच्या छंदाविषयी एक रंजक कथा पेशवेकालीन कागदोपत्री नोंदविलेली आढळते. इ.स. १७९३ मधील एका दिवशी पेशव्यांनी अनेक हरिणांचा पाठलाग केला आणि अखेर ते काही हरिणे पकडण्यात यशस्वी झाले. या शिकारीच्या प्रसंगी त्यांच्या सोबत महादजी शिंदे होते. त्यांनी श्रीमंताकडे एका काळविटाची मागणी केली; परंतु पेशव्यांना महादजी ते काळवीट मारून खातील अशी शंका आली; म्हणून त्यांनी महादजींची विनंती अमान्य केली. त्या मुत्सद्दी व हुशार मराठा सरदाराच्या लक्षात पेशव्यांच्या मनातील शंका तत्काळ आली. तेव्हा महादजींनी पेशव्यास वचन दिले की, मी त्या प्राण्याची हत्या करणार नाही, त्यावर पेशव्यांनी अनुमती देऊन महादजींवर कृपा केली. त्याना एक काळवीट दिले.

मनुष्याच्या मानसिक स्वास्थ्यासाठी, आनंदाकरिता आणि मन रिझविण्याकरिता उद्याने आणि मनोरंजनाचे क्लब आवश्यक असतात. ही गोष्ट

पेशव्यांना चांगली माहीत असावी. त्यामुळे या बाबतीत त्यांनी दुर्लक्ष केले नाही. माधवराव पेशव्यांनी इ.स. १७९१ मध्ये पुण्यातील तत्कालीन उद्यानांकडे व करमणुकीच्या केंद्राकडे, त्यांची निगा नीट होते की नाही यांकडे बारीक लक्ष दिले होते. या सुमारास पेशव्यांच्या मालकीची खालील उद्याने व करमणूक केंद्रे सुस्थितीत होती:-

(१) हिराबाग, (२) सारसबाग, (३) वसंत बाग, (४) मोतीबाग, (५) पर्वती उद्यान, (६) बाग बंगला, (७) वानवडी उद्यान, (८) हिंगणे उद्यान, (९) रमणा उद्यान, (१०) वडगाव बाग, (११) माणिक उद्यान (१२) पाषाण उद्यान, (१३) कात्रज बाग.

या उद्यानांपैकी हिराबाग ही सर्वात उत्कृष्ट व लक्षणीय होती. तिथे बाळाजी बाजीरावाने इ.स. १७५५ मध्ये स्वत:साठी एक विश्रामधाम बांधले होते. इथे पेशवे आणि त्यांची वारसदार मंडळी वारंवार करमणुकीसाठी-रंजनासाठी आणि सणासुदीला येत असत; विशेषत: या विश्रामधामात वसंतपंचमीचा सण तेथील उद्यानात धुमधडाक्याने संपन्न होत असे. पहिल्या (थोरल्या) माधवरावांच्या विवाहानिमित्त इ.स. १७६६ मध्ये येथे अनेक मेजवान्या-जेवणावळी झाल्या. पुढे सवाई माधवराव पेशव्यांच्या काळात आणि मुख्यत्वे दुसऱ्या बाजीरावाच्या वेळी युरोपियन पाहुण्यांची सरबराई व आदर सत्कार या विश्रामधामातच संपन्न होत असे. सर बॅरी क्लोज इ.स. १८०३ मध्ये पुण्यात ब्रिटिशांचा रेसिडेंट होता. त्यावेळी लॉर्ड व्हॅलेंशियाने पुण्यास भेट दिली. त्यावेळी सर बॅरी क्लोज व त्याचे साथीदार यांच्याबरोबर व्हॅलेंशिया हिराबागेत गेला होता. या इंग्लिश पाहुण्यांच्या सत्काराप्रीत्यर्थ दुसऱ्या बाजीरावाने मेजवानी दिली. व्हॅलेंशियाने हिराबागेतील या हिंदू पद्धतीच्या मेजवानीचे अतिशय सुरेख वर्णन केले आहे. हे सर्व इंग्लिश पाहुणे तेथील ब्राह्मणी पद्धतीच्या मेजवानीत मनसोक्त तल्लीन झाले होते. त्यासंबंधी व्हॅलेंशिया लिहितो-

‘‘दुपारी साधारणत: चार नंतर आम्ही नेहमीप्रमाणे सवारीसह पेशव्यांच्या हिराबागेत जाण्यासाठी निघालो. हा मार्ग तसा लांब होता. त्यात पेशवे सरकारने आमच्या रस्त्यावर जागोजाग घोडेस्वार व सैन्य ठेवले होते. त्यामुळे

हिराबागेच्या दरवाजापर्यंत त्यांच्या गर्दीतून पोहोचणे मोठे मुश्कील झाले होते. सुदैवाने माझ्याबरोबर रेसिडेन्सीमधील शिपायांची एक तुकडी होती. ती आणि अन्य शिपायांची पलटन नदीच्या दुसऱ्या काठावरील जागेत एकत्र आल्या आणि त्यांनी मला रस्ता करून दिला. हे स्थान अस्ताव्यस्त पसरलेल्या एका प्रशस्त तळ्याकाठी बांधलेल्या वास्तूत होते. त्यालाच हिराबाग हे नाव दिले होते. त्याच्या पलीकडची जमीन एखाद्या साखरेच्या ढीगासारखी टेकडीत रूपांतरित झाली होती. या टेकडीच्या वरच्या टोकास सपाट पठारावर पॅगोडा सदृश पर्वती देवीचे मंदिर होते. तशी हिराबाग ही फारशी टुमदार व आकर्षक वास्तू नव्हती आणि त्याचे बांधकामही पूर्ण झाले नव्हते. मात्र हिराबागेतील आंब्याची झाडे आणि नारळाचे अनेक वृक्ष यांनी बहरलेले-अंलकृत झालेले उद्यान मात्र देखणे व सुंदर होते. मी घाटांशिवाय अशा प्रकारचे नारळाचे वृक्ष या प्रदेशात कधीच पाहिले नव्हते आणि अनेक लोकांनी मला असे सांगितले की, या प्रदेशात ते वाढत नाहीत. वऱ्हांड्यात पेशव्यांची गादी अशा ठिकाणी घातली होती की, तिथून कारंजातून फवारे उडणारे पाणी दिसत असे आणि वऱ्हांड्याचा बाहेरील भाग वेलींचा आधार देऊन जाळीसारखा बनविलेला होता.''

''आम्हाला तात्काळ जिन्याने वर जाण्याची सूचना देण्यात आली. श्रीमंत पेशवे त्याचवेळी मागच्या दाराने गेले. जेव्हा आम्ही अरुंद जिन्याने वरच्या वऱ्हांड्यात चढत होतो, तेव्हा आमच्या नजरेला दोन बैठका दिसल्या. त्या दोन्हीकडच्या टोकाला (परस्परविरोधी) घातलेल्या होत्या. यांतील पलीकडच्या बैठकीवर पांढरे शुभ्र वस्त्र घातलेले होते आणि त्यावर आम्ही जेवढे इंग्लिश असामी होतो, नेमकी तेवढीच लांबलचक केळीची पाने मांडलेली होती. त्यांतील प्रत्येक पानावर शुद्ध ब्राह्मणी पद्धतीचे जेवण वाढलेले होते. त्यात पानाच्या डाव्या बाजूस चटणी, लोणचे, पापड, कोशिंबीर इत्यादी पदार्थ होते; तर उजव्या बाजूला ओळीने रांगेत सात प्रकारच्या भाज्या वाढल्या होत्या. बरोबर मधे साधा वरण भात, त्याच्या पलीकडे साखर भात आणि सरळी केलेली पुरण पोळी व शिऱ्याची मूद होती. गोड पदार्थांची एक रांगच होती. ती बिछान्यावर काढलेल्या रंगीत नक्षीप्रमाणे भासत होती. पानाच्या बाहेर सभोवती छान द्रोण होते. त्यांत सार, कढी, आमटी, तूप, खीर इत्यादी पातळ

पदार्थ वाढलेले होते. आम्ही जेवणाला किंवा भोजनाला जाण्यापूर्वी एक खबरदारी घेतली होती. ती म्हणजे आम्ही चमचे, काटेचमचे, सुऱ्या वगैरे साहित्य बरोबर आणले होते. ते आम्ही पेशव्यांचा आदर राखून त्यांच्या संमतीने वापरले. आम्ही यथेच्छ भोजन करीत असताना श्रीमंत पेशवे वऱ्हांड्याच्या बाहेरील बाजूस येऊन गादीवर स्थानापन्न झाले. त्यांनी आम्हाला कंपनी दिली. पण आमच्या देखत त्यांनी स्वत: दूषित होणार नाही या खबरदारीने अन्न ग्रहण केले नाही. आम्ही भोजन झाल्याचे सांगताच, ते उठून निघून गेले आणि आम्हीही त्यांच्या पाठोपाठ जिना उतरून खाली गेलो. खालच्या बाजूस त्यांच्याजवळ पानसुपारी ठेवली होती. ती सर्वत्र वाटण्यात आली. विडा देऊन आम्हाला निरोप देण्यात आला.''

या हिराबागेत श्रीमंत बाजीराव पेशव्यांनी नावलौकिक मिळविलेल्या आणि अत्यंत पराक्रमी अशा जनरल वेलस्ली (नंतरचे ड्यूक ऑफ वेलिंग्टन) यांना खास खाना (भोजन) दिला होता. पेशव्यांच्या रोजनिशीत हिराबाग येथे इ.स. १८०४ च्या मार्च महिन्यात दुसऱ्या बाजीरावसाहेबांनी जनरल वेलस्ली यांचा एका भव्य समारंभात आदरसत्कार व सन्मान केला, याची स्पष्ट नोंद आहे. त्या प्रंसगी पेशव्यांनी मानाची वस्त्रे जनरल वेलस्ली व त्यांच्याबरोबरचे अन्य कर्मचारी यांना दिली. त्यासंबंधीची माहिती, प्रत्येक व्यक्तीला किती रुपयांचा पोषाख केला, याचीही नोंद या पेशवे रोजनिशीत नावानिशी केलेली आहे, ती अशी –

जनरल वेलस्ली	:	रु. ४५५.००
श्री वेब	:	रु. ३७६.८ आणे
कर्नल कोलमन	:	रु. ३६१.८ आणे
श्री. गुडविन	:	रु. १८२.००
मेजर इनडन	:	रु. २०६.१२ आणे
कॅप्टन बकनेल	:	रु. १७४.१४ आणे
लेफ्टनंट यंग	:	रु. १८०.१४ आणे
कॅप्टन नॉक्स	:	रु. १३३.१२ आणे

कॅप्टन कॅम्पबेल	:	रु. १३४.००
डॉ. वेल्स	:	रु. १३७.८ आणे
श्री. इस्कारेल	:	रु. १३७.१४ आणे
श्री. क्लोज	:	रु. १२८.१० आणे
श्री. बोलिंग हॅम	:	रु. १३६.८ आणे
श्री. गोविंदराव	:	रु. २४७.८ आणे
श्री. आप्पाराव	:	रु. १७९.७ आणे
श्री. रामराव	:	रु. ४९.८ आणे
श्री. सुब्बाराव	:	रु. ३६.१० आणे

हिराबागेने आजही आपली प्रतिष्ठा जपली असून त्याठिकाणी मनोरंजनासाठी प्रसिद्ध व ख्यातकीर्त पाहुणे मंडळी जमतात. पुण्यातील ते एक आल्हाददायक व मोहक स्थळ आहे.

पेशव्यांच्या उद्यान व बागांव्यतिरिक्त पुण्यात त्याकाळी नाना फडणीस, मोराबादादा, हरिपंत फडके इत्यादी सरदारांच्या-कारभाऱ्यांच्या मालकीच्या अनेक बागा होत्या. या बागांपैकी मोरोबादादांची बाग-उद्यान सर्वोत्कृष्ट होते. या उद्यानांमुळे एकेकाळी पुण्यनगरी एक आल्हादकारक व मोहक शहर मानले जाई. कदाचित त्यामुळेच पुण्याला 'दख्खनचे उद्यान' ही उपाधी लाभली असावी.

दारूकाम हा पेशवेकालीन मनोरंजनाचा एक मोठा भाग होता. तो सांगून पेशवेकाळातील या प्रकरणाचा शेवट करीत आहे. दारूकामासाठी पर्वतीच्या तळ्याजवळची जागा हा त्यावेळचा नेहमीचा शिरस्ता होता. अशा प्रसंगी श्रीमंत पेशवे आणि त्यांची पाहुणे मंडळी सरदार-मानकऱ्यांसह पर्वती टेकडीवर दारूकाम बघण्यासाठी जात असे. आधुनिक काळात दारूकामाची कला किंवा दारूकाम आतषबाजी खूप प्रगत झाली आहे आणि शास्त्रशुद्ध दारूकाम संपन्न होते. त्यांच्याशी मराठ्यांच्या तत्कालीन दारूकामाची तुलना होऊ शकत नाही आणि करणेही योग्य नाही; परंतु सुदैवाने मराठ्यांच्या शोभेच्या दारूची

आतषबाजीविषयी विशेषत: पेशवेकाळातील या कलेच्या प्रदर्शनाविषयी तत्कालीन कागदोपत्री काही नोंदी आढळतात. त्यावरून विविध शोभेच्या दारूंची जुनी नावे पुढे येतात. ती खालीलप्रमाणे होत :-

(१) तावदानी रोषणाई - काचेच्या कमानी करून व त्यात आरसे लावून हे दारूकाम करीत.

(२) आकाशमंडळ तारांगण- दारूकामाची उंच झाडे करून त्यांतून आकाशातील ताऱ्यांप्रमाणे नाना रंगांचे तारे उडवीत असत. हे आकाशात काही फूट अंतरावर हवेत असत आणि त्यांमधून विविध रंगांचा आकर्षक परिणाम- दृश्य दिसत असे.

(३)नारळीझाडे - उंचीपुरी झाडे तयार करून त्यांतून तोफेप्रमाणे व बंदुकीसम आवाज निघत असे. शिवाय त्यातून सर्पाकार तोटे फिरत व फुले दृष्टीस पडत. या सर्वांचे वेगवेगळे रंग असत.

(४) प्रभाचमक - आधुनिक काळातील पेटलेल्या भूईचक्राप्रमाणे हा दारूकामाचा प्रकार असून त्यातून सोनेरी व चंदेरी प्रकाशझोत पडत असे. उगवत्या सूर्योदयाच्या वेळी जशी प्रभा चमकते-झळाळते, त्याप्रमाणे या दारूकामात देखावा दृष्टीस पडत असे.

(५) चादरी दारूकाम - तप्त सुवर्णाप्रमाणे लाल व पिवळ्या रंगाच्या फुलांची झाडे तयार करून त्यांतून चादरीचा परिणाम दर्शविला जाई.

(६) कैचीची झाडे - यातून हवाईचे लोट उडत असत.

(७) बादलगर्ज - या दारूकामाचा मेघगर्जनेप्रमाणे गडगडाट होत असे.

या शिवाय बाण, पाणकोंबडी, हातनळे, कोठ्याचे नळे, फुलबाजे, महताफा इत्यादी नेहमीचे काही दारूकामाचे प्रकार असत. या सर्वांमधून एक विहंगम परिणाम दृष्टोत्पत्तीस येई आणि त्यातून विविध आकार आणि रंग यांची उधळण होत असे.

◆◆◆